ഓഷോ ധ്യാനോത്സവം

INSIGHT PUBLICA

Nadakkavu, Kozhikode, Kerala
Tel:0495–4020666
www. insightpublica. com
e-mail: insightpublica@gmail. com
Title: **Naam Thaniye Parakkunnu**
(Malayalam)
Author: **Osho**
First Insight Edition: September 2023

ISBN 978-93-5517-440-6
Printed and Published by
Insightinpublica Printers & Publishers Ltd.

ഓഷോ

നാം
തനിയേ പറക്കുന്നു

INSIGHT PUBLICA®

ഓഷോ ധ്യാനോത്സവം
പരമ്പരയിലെ പന്ത്രണ്ട് പുസ്തകങ്ങൾ

1. **അസ്തിത്വത്തിന് സമർപ്പണം ചെയ്യുക.**
   Surrender to Existence
2. **അതെ പറയുക!**
   Say Yes!
3. **പ്രേമം ഒരു സ്വതന്ത്ര പക്ഷിയാകുന്നു**
   Love is a Free Bird
4. **ജീവിതം ഒരു വരദാനമാകുന്നു**
   Life is a Gift
5. **ഭൂമിയിൽ അപരിചിതൻ**
   Stranger to the Earth
6. **സ്വയം ഒരു ദീപമായിത്തീരുക**
   Be a lamp unto yourself
7. **നാം തനിയേ പറക്കുന്നു**
   Alone we Fly
8. **ആപത്കരമായി ജീവിക്കുക**
   Live Dangerously
9. **ഭയമില്ലായ്മ ഞാൻ പഠിപ്പിക്കുന്നു**
   I teach Fearlessness
10. **നിങ്ങളുമായി ഒന്നായിത്തീരുക**
    Become one with yourself
11. **സമുദ്രത്തിൽ ഒരു മഞ്ഞുതുള്ളി**
    A Dewdrop in the Ocean
12. **ധ്യാനം: ഒരു ആനന്ദഹർഷം**
    Meditation : An Ecstasy

യാത്ര ദീർഘമാകുന്നു, പാതയില്ലാത്തതും.
ഒരുവൻ ഏകാന്തപഥികനായിരിക്കുകയും വേണം–
ഭൂപടങ്ങളോ സഹായികളോ അവിടെയില്ല.
പക്ഷെ അതിനുപകരം മറ്റൊന്നില്ല.
ഒരുവന് ഒളിച്ചോടുവാനാവില്ല.
അതിനെ ഇല്ലായ്മ ചെയ്യാനുമാകില്ല.
ഒരുവൻ ആ യാത്ര ചെയ്തേ തീരൂ.

മുഖവുര

വരും താളുകളിൽ കാണുന്ന വാക്കുകൾ ബോധ പ്രാപ്തനായ മഹാഗുരു ഓഷോ തന്റെ ശിഷ്യന്മാരോടും ഇന്ത്യയിലെ അദ്ദേഹത്തിന്റെ പൂന ആശ്രമം സന്ദർശിച്ച മറ്റു സാധകരോടുമായി ചെയ്ത പ്രഭാഷണങ്ങളിൽ നിന്നും എടുത്തിട്ടുള്ളതാണ്. ഫോട്ടോകളിൽ അധികവും ആശ്രമത്തിനകത്തുനിന്ന് എടുത്തിട്ടുള്ളവയാണ്: ഓഷോ തന്റെ ശിഷ്യരോടും അതിഥികളോടുമൊപ്പമുള്ളവ, സാധകർ ധ്യാനം ചെയ്യുകയോ മറ്റു പ്രവർത്തനങ്ങളിലേർപ്പെടുകയോ അല്ലെങ്കിൽ വെറുതെ വർത്തിക്കുകയോ ചെയ്യുന്നവ. (പൂന ഓഷോ മെഡിറ്റേഷൻ റിസോർട്ടിൽ നിന്നുള്ള ഫോട്ടോകൾ കൂടാതെ ഓഷോ ദം (ഡൽഹി), ഓഷോ നിസർഗ, (ഹിമാചൽപ്രദേശ്), ഓഷോ തവോവൻ (നേപ്പാൾ), രജനീഷ്പുരം (അമേരിക്ക), മോസ്കോ ഉൾപ്പെടെയുള്ള ചില വിദേശനഗരങ്ങളിൽ നടന്ന മെഡിറ്റേഷൻ ക്യാമ്പുകൾ, കേരളത്തിൽ നടന്ന ചില ഓഷോ ഇവന്റുകളുടെയും ക്യാമ്പുകളുടെയും ഫോട്ടോകൾ കൂടി ഈ മലയാളം പതിപ്പിൽ ഉൾപ്പെടുത്തിയിട്ടുണ്ട്.)

ഓഷോ നിർദ്ദേശിച്ചിട്ടുള്ളത് ഈ പുസ്തകം താഴെ പറയുന്ന രീതിയിൽ ഉപയോഗിക്കുകയാണെങ്കിൽ വായനക്കാർക്കത് ഏറ്റവും കൂടുതൽ പ്രയോജനകരമായിരിക്കും എന്നാണ്- അതായത് ഓരോ പ്രഭാതത്തിലേക്കും ക്രമപ്പെടുത്തിയിട്ടുള്ള ഭാഗങ്ങൾ രാവിലെ ഉണർന്നെഴുന്നേൽക്കുമ്പോൾ തന്നെ-മനസ്സ് ദിവസേനെയുള്ള മറ്റു പ്രവൃത്തികളിൽ വ്യാപൃതമാകുന്നതിന് മുൻപ്-വായിക്കുക.

ഒരാൾ ഉറങ്ങുന്നതിന് മുൻപ് അയാളുടെ മനസ്സിലുള്ള അവസാനത്തെ ചിന്ത തന്നെയായിരിക്കും ഉണർന്നെഴുന്നേൽക്കുമ്പോഴും അയാളുടെ ആദ്യത്തെ ചിന്ത എന്ന് പറയപ്പെടുന്നു. ഒരുപക്ഷെ നമ്മളിൽ ഭൂരിപക്ഷവും ഉറക്കത്തിലേക്ക് പതിക്കുന്നത്, ഒരു ടെലിവിഷൻ സീരിയലിലെ പ്രതിബിംബങ്ങളും കഴിഞ്ഞുപോയ ദിവസത്തെക്കുറിച്ചുള്ള വേവലാതികളും അടുത്ത് വരാനിരിക്കുന്ന ദിവസത്തെക്കുറിച്ചുള്ള ആകാംക്ഷകളും എല്ലാംകൂടി കുഴഞ്ഞുമറിഞ്ഞ മനസ്സുകളുമായിട്ടായിരിക്കും. നമ്മളിൽ പലർക്കും ഉറക്കത്തിലേക്ക് കടക്കുവാൻ തന്നെ കഴിയാത്ത അത്രയും വിഷമങ്ങളുണ്ട്. പ്രദോഷത്തിലേക്ക് വേണ്ടി തെരഞ്ഞെടുത്തിട്ടുള്ള ഭാഗങ്ങൾ രാത്രി ഉറങ്ങുന്നതിനു മുമ്പായി വായിക്കുക.

പന്ത്രണ്ട് പുസ്തകങ്ങളുടെ ഈ പരമ്പര മുപ്പത്തിയൊന്ന് ദിവസങ്ങളുള്ള പന്ത്രണ്ട് മാസങ്ങളായി വിഭജിച്ചിരിക്കുന്നു. 'മാസം ഒന്ന്', കലണ്ടർ വർഷം തുടങ്ങുന്ന മാസം തന്നെ ആയിരിക്കണമെന്നില്ല; അത് നിങ്ങൾ വായിക്കാൻ തുടങ്ങുന്ന ആദ്യത്തെ മാസമാണ്. ഉദ്ധരണികൾ ക്രമത്തിൽ തന്നെയാണ് വായിക്കേണ്ടത്, ഏതെങ്കിലും ഒന്ന് തെരഞ്ഞെടുത്താൽ പോരാ. കാരണം ജീവിതത്തെക്കുറിച്ചുള്ള ധാരണ മാസംതോറുമാണ് ഓഷോ വികസിപ്പിച്ചു കൊണ്ടുവരുന്നത്.

ഓരോ ദിവസത്തിനും ഒരു പ്രത്യേക വിഷയതന്തു ഉണ്ടായിരിക്കുകയും പ്രഭാതത്തിലെയും പ്രദോഷത്തിലെയും മനനവിഷയങ്ങൾ പരസ്പരം പൂരകമാ

യിരിക്കുകയും ചെയ്യുന്ന വിധത്തിലാണ് പുസ്തകം രൂപകല്പന ചെയ്തിട്ടുള്ളത്.

പ്രഭാതമനനങ്ങൾക്ക് വേണ്ടി തെരഞ്ഞെടുക്കപ്പെട്ട ഉദ്ധരണികൾ ഉന്മേഷദായകവും ചിന്തോദ്ദീപകവുമാണ്- എല്ലായ്പ്പോഴും, വരാനിരിക്കുന്ന ദിവസത്തിലേക്കുള്ള ഒരു സമ്പൂർണവും സജീവവുമായ പങ്കാളിത്തം സാധ്യമാക്കുന്നത്. താരതമ്യേന നോക്കിയാൽ പ്രദോഷത്തിലേക്കായുള്ള ഓഷോയുടെ വാക്കുകൾ വായനക്കാരെ വിശ്രാന്തിയുടെ, വികസനത്തിന്റെ, വിലയനത്തിന്റെ, അസ്തിത്വത്തോട് പൊരുത്തപ്പെടുന്നതിന്റെ സാംഗത്യത്തെ ഓർമ്മപ്പെടുത്തുന്നു.

ഈ ഉദ്ധരണികൾ വായിക്കുന്നതു തന്നെ സ്വയമേവ ഒരു മനനരൂപമാണ്. ഓഷോ പറഞ്ഞിട്ടുള്ളതു പോലെ, ഒരു ഋഷിവചനം അംഗീകരിക്കപ്പെടുകയോ നിരാകരിക്കപ്പെടുകയോ ചെയ്യുമ്പോഴും, ഒരുതരത്തിലുമുള്ള സിദ്ധാന്തത്തിന്റെയും ഭാഗമല്ല അത്. വായനക്കാരോട് ഒരു അനുയായിയോ വിശ്വാസിയോ ആകുവാൻ അതാവശ്യപ്പെടുന്നില്ല. വാസ്തവത്തിൽ പ്രസക്തമായിട്ടുള്ളത് ആ വാക്കുകൾ പോലുമല്ല, മറിച്ച് ആ വാക്കുകൾ എന്തിനെയാണോ സംവഹിക്കുന്നത് അതാണ് പ്രസക്തമായിട്ടുള്ളത്.

അദ്ദേഹം വിശദീകരിക്കുന്നു: ''വാക്കുകൾ (ഋഷിവര്യന്റെ വാക്കുകൾ) അവയ്ക്കു ചുറ്റും ഒരു നിശ്ശബ്ദതയെ സംവഹിക്കുന്നു. അദ്ദേഹത്തിന്റെ വാക്കുകൾ ശബ്ദായമാനമല്ല. അദ്ദേഹത്തിന്റെ വാക്കുകൾക്ക് ഒരു സ്വരമാധുര്യമുണ്ട്, ഒരു താളം, ഒരു സംഗീതം; അദ്ദേഹത്തിന്റെ വാക്കുകളുടെ അകക്കാമ്പിൽ തികഞ്ഞ നിശ്ശബ്ദതയാണുള്ളത്. നിങ്ങൾക്ക് ആ വാക്കുകളിലേക്ക് കടന്നുകയറി ചെല്ലാനാകുമെങ്കിൽ അനന്തമായ നിശ്ശബ്ദതയെ നിങ്ങൾ അഭിമുഖീകരിക്കാനിടവരും.''

''എന്നാൽ ഒരു ബുദ്ധന്റെ വാക്കുകളിലേക്ക് കടന്നു കയറി ചെല്ലുവാനുള്ള മാർഗ്ഗം അപഗ്രഥനമല്ല, വാദപ്രതിവാദവുമല്ല, ചർച്ചചെയ്യലുമല്ല. അതിനുള്ള

മാർഗ്ഗം അദ്ദേഹവുമായി ഒരു ഭാവലയത്തിൽ വീഴലാണ്, അദ്ദേഹവുമായുള്ള ഒരു സ്വരച്ചേർച്ചയിൽ, ഒരു ഭാവൈക്യത്തിൽ എത്തിച്ചേരലാണ്. ആ സ്വരച്ചേർച്ചയിൽ, ആ ഒന്നായിത്തീരലിൽ, ഒരുവൻ ഗുരുവചനങ്ങളുടെ ഉള്ളറയിലേക്ക് പ്രവേശിക്കുന്നു. അവിടെ നിങ്ങൾ ഒരു ശബ്ദവും, ഒരു സ്വരവും കേൾക്കുകയില്ല; അവിടെ നിങ്ങൾ കണ്ടെത്തുക തികഞ്ഞ നിശ്ശബ്ദതയായിരിക്കും. അത് തിരിച്ചറിയുക എന്നതാണ് ഗുരുവിനെ ഗ്രഹിക്കൽ.''

വാക്കിന്റെ അർത്ഥമല്ല പ്രധാനം, ഓർക്കുക, മറിച്ച് ആ വാക്കിലെ നിശ്ശബ്ദതയാണ്. ''ഞാൻ നിങ്ങളോട് പറയുന്ന കാര്യങ്ങൾ നിങ്ങളുടെ ജീവിതത്തിൽ ഒരു യാഥാർത്ഥ്യമായി തീർന്നുകൊണ്ടിരിക്കുകയാണെങ്കിൽ നിങ്ങൾ എന്റെ വാക്കുകളെ ഓർക്കുന്നുവോ ഇല്ലയോ എന്നുള്ളത് ആര് ഗൗനിക്കുന്നു? അത് ഓർക്കാതിരിക്കുന്നത് തികച്ചും ശരിതന്നെ; വാക്കുകളുടെ ഏതെങ്കിലും തരത്തിലുള്ള സ്മരണ ഒരു തടസ്സമായിരിക്കും. പരിശുദ്ധമായ അർത്ഥം മാത്രം നിങ്ങളുടെ സത്തയുടെ അത്യഗാധമായ കാമ്പിലേക്ക് വ്യാപിക്കട്ടെ, അവിടെ വാക്കുകൾക്ക് എത്തിച്ചേരാനാവില്ല, അവിടെ വാഗ്രഹിതമായ അർത്ഥത്തിന് മാത്രമേ പ്രവേശിക്കുവാൻ സാധ്യമാകു.''

വാസ്തവത്തിൽ, അദ്ദേഹത്തിന്റെ വാക്കുകൾ വായിക്കുക എന്നത് ഏതെങ്കിലും തരത്തിലുള്ള മനോ വ്യായാമത്തിലേർപ്പെടുക എന്നതിനേക്കാളേറെ സംഗീതം ശ്രവിക്കുന്നതിനോടാണ് സമാനമായിട്ടുള്ളത്. സംഗീതം ശ്രവിച്ചുകൊണ്ടിരിക്കൽ- അല്ലെങ്കിൽ വീഞ്ഞ് നുണഞ്ഞുകൊണ്ടിരിക്കൽ: ഒന്ന് മൊത്തുക, മണപ്പിച്ചു നോക്കുക. ആ സ്വാദ് നിങ്ങളുടെ ആദ്ധ്യാത്മിക രുചി മണ്ഡലത്തെ തൊട്ടുണർത്താൻ അനുവദിക്കുക.

പ്രേം മനീഷ

ഓഷോ ധ്യാനോത്സവം

മാസം ഏഴ്

പ്രഭാത ചിന്താവിഷയം

ആപത്കരമായി ജീവിക്കുക

പ്രദോഷ ചിന്താവിഷയം

ഹൃദയമാണ് ഏദൻതോട്ടം

പ്രഭാതമനനം

ആദ്യം അറിയപ്പെട്ടതിൽ നിന്ന് അറിയപ്പെടാത്തതിലേക്ക് നീങ്ങുവാൻ പഠിച്ചു തുടങ്ങുക, നിങ്ങളുടെ ജീവിതം മഹത്തായ വികാരാവേശം, ഒരു മഹത്തായ ആഹ്ലാദം, ഒരു മഹാവിസ്മയമായിത്തീരും. ഓരോ നിമിഷവും പുതിയതെന്തെങ്കിലും സംഭവിക്കുന്നു. അങ്ങനെയിരിക്കവെ ഒരു ദിവസം ആത്യന്തികമായ ആ അപകടസാധ്യത ഏറ്റെടുക്കുക: അജ്ഞാതത്തിൽ നിന്ന് അജ്ഞേയത്തിലേക്ക് നീങ്ങുക. വ്യത്യാസമെന്തെന്നാൽ അജ്ഞാതം ഒരിക്കൽ ജ്ഞാതമായിത്തീരും, എന്നാൽ അജ്ഞേയം ഒരിക്കലും ജ്ഞാതമായിത്തീരുകയില്ല. അറിയപ്പെടാത്തതിനെ അറിയുവാൻ കഴിയും. അറിയപ്പെടാൻ സാധ്യമല്ലാത്തതിനെ ഒരിക്കലും അറിയുവാനാകില്ല. ആ അജ്ഞേയമാകുന്നു ദൈവം.

എന്നാൽ ആദ്യമായി അറിയപ്പെട്ടതിൽ നിന്ന് അറിയപ്പെടാത്തതിലേക്ക് നീങ്ങുവാൻ പഠിക്കുക. അത് ആഴമില്ലാത്ത വെള്ളത്തിൽ നീന്താൻ പഠിക്കലാണ്. അങ്ങനെ നീന്തൽ പഠിച്ചു കഴിയുമ്പോൾ ഭയം കൂടാതെ സമുദ്രത്തിലേക്ക് പോവുക, പരിപൂർണ്ണമായ ഭയരാഹിത്യത്തോടെ സമുദ്രത്തിലേക്ക് പോവുക. അപ്പോൾ എന്താണ് ആനന്ദാതിരേകം എന്ന് നിങ്ങളുടെ ജീവിതം അറിയും. അജ്ഞാതത്തോടൊപ്പം വികാരവിക്ഷുബ്ധതകൾ നിങ്ങളറിയും; അജ്ഞേയത്തോടൊപ്പം ആനന്ദമൂർച്ഛയും നിങ്ങളറിയും.

പ്രദോഷമനനം

പരമസത്യത്തിൽ എത്തിച്ചേർന്നിട്ടുള്ള ഒരു മനുഷ്യൻ- അയാൾക്കെങ്ങനെ നുണ പറയുവാൻ കഴിയും? എന്തിനുവേണ്ടി? നുണ പറയുവാൻ വേണ്ടതായി അയാൾക്കൊന്നുമില്ല. സത്യം അറിഞ്ഞിട്ടുള്ള ഒരു മനുഷ്യൻ നിത്യസാധാരണമായ ലൗകിക കാര്യങ്ങളിൽ ഒരിക്കലും തല്പരനല്ല. പണത്തിന് നല്കുവാൻ കഴിയുന്നതിനേക്കാൾ, അധികാരശക്തിക്കോ പ്രതാപത്തിനോ നൽകുവാൻ കഴിയുന്നതിനപ്പുറം ചിലത് അയാളറിഞ്ഞിരിക്കുന്നു. അയാളുടെ മുഴുവൻ ജീവിതവും അത്ഭുതകരമായ ഒരു മാറ്റത്തിലൂടെ കടന്നുപോകുന്നു.

പരമാനന്ദ പൂർണതയാണ് ദിവ്യാത്ഭുതങ്ങളുടെ ലോകം തുറന്നു കാട്ടുന്ന താക്കോൽ. ഒരു മഹത്തായ പ്രസന്നതയായി വർത്തിക്കുക, നിങ്ങളുടെ ഹൃദയം ഗാനമാലപിച്ചു കൊണ്ടിരിക്കട്ടെ. ശരീരം നടനമാടിക്കൊണ്ടിരിക്കട്ടെ. നിങ്ങളുടെ ജീവിതം കൂടുതൽ കൂടുതൽ ആഘോഷമായിത്തീരുകയും ചെയ്യട്ടെ.

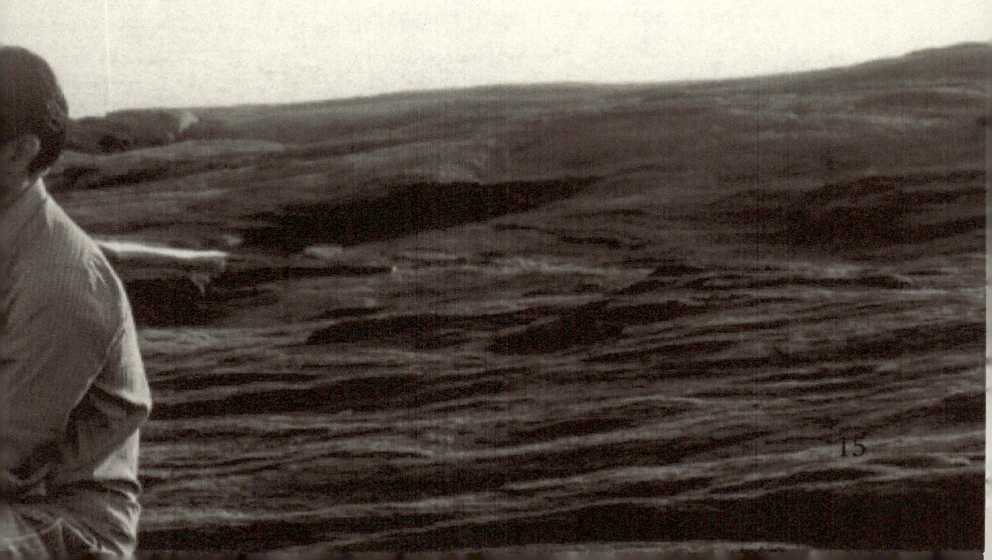

പ്രഭാതമനനം

ധൈര്യമാണ് അതിവിശിഷ്ടമായ മതാത്മക ഗുണം. മറ്റുള്ളതെല്ലാം രണ്ടാമത്തേതാണ്. നിങ്ങൾ ധീരനല്ലെങ്കിൽ നിങ്ങൾക്ക് സത്യവാനാകുവാൻ സാധ്യമല്ല. ധീരനല്ലെങ്കിൽ നിങ്ങൾക്ക് പ്രേമപൂർണ നാകുവാൻ സാധ്യമല്ല. ധീരനല്ലെങ്കിൽ നിങ്ങൾക്ക് വിശ്വസ്തതയുള്ളവനാകുവാൻ സാധ്യമല്ല. നിങ്ങ ൾക്ക് യാഥാർത്ഥ്യത്തിലേക്ക് അന്വേഷിച്ച് പോകു വാനും ധീരനല്ലെങ്കിൽ സാധ്യമല്ല. അതിനാൽ ധൈ ര്യമാണ് ആദ്യം വരുന്നത്. മറ്റുള്ളതെല്ലാം അതിനെ അനുഗമിക്കുകയും ചെയ്യുന്നു. ഭയരാഹിത്യത്തിൽ നിന്നുമാത്രമേ പ്രേമത്തിന് ഉയർന്നു വരാൻ സാധി ക്കൂ. ഭയരാഹിത്യത്തിലൂടെ മാത്രമാണ് ഒരുവന് ആത്യന്തികത്തിന്റെ അന്വേഷണത്തിലേക്ക് കടന്നു ചെല്ലുവാൻ കഴിയുന്നത്. അതൊരു നീണ്ട സാഹ സിക യാത്രയാണ്, അജ്ഞാതത്തിലേക്കുള്ള യാത്ര. ഭീരുക്കൾക്ക് ഈ കര വിട്ടുപോകുവാൻ കഴിയുക യില്ല. മതം എന്നാൽ ഇക്കരെ നിന്ന് നോക്കിയാൽ കാണാത്ത ആ മറുകരയ്ക്കു വേണ്ടിയുള്ള മഹത്തായ ഒരു അഭിവാഞ്ഛ എന്നർത്ഥമാകുന്നു.

പ്രദോഷമനനം

മനുഷ്യൻ നൂറ്റാണ്ടുകളായി അവൻ നിലനിന്നു പോരുന്ന വിധത്തിൽ- സാമാന്യ മനുഷ്യൻ, സാധാരണക്കാരനായ മനുഷ്യൻ, ആ ആൾക്കൂട്ടം, ജനക്കൂട്ടം- യാന്ത്രികമാണ്. ഈ യാന്ത്രികത്വത്തിന് അപ്പുറം പോകുവാൻ നിങ്ങൾക്കു കഴിയുന്നത് അവബോധത്തിലൂടെ മാത്രമാണ്. അതാണ് ശരിയായ ജന്മം, അതിനുശേഷം നിങ്ങൾ ദ്വിജൻ - രണ്ടു ജന്മമെടുത്തവൻ - ആയിത്തീരുന്നു. നിങ്ങളുടെ മാതാപിതാക്കളിലൂടെ നിങ്ങൾക്ക് ലഭിച്ചിട്ടുള്ളത് ഒരു ജന്തുശാസ്ത്രപരമായ ജനനം മാത്രമാണ്. ആദ്ധ്യാത്മിക ജനനമല്ല അത്. ആദ്ധ്യാത്മിക ജന്മം സാധ്യമാകുന്നത് ഗുരുവിലൂടെ മാത്രമാണ്.... ഒരു ഗുരുവിനോടൊപ്പം തികച്ചും വ്യത്യസ്തമായ ഒരു യാത്ര ആരംഭിക്കുന്നു. നിങ്ങൾക്ക് ഒരു പുതുജന്മം ലഭിച്ചിരിക്കുന്നു, ഒരു നൂതന മാനം - ആദ്ധ്യാത്മികമാനം. അത് നൽകപ്പെട്ടിരിക്കുന്നത് വളരെ ബോധപൂർവ്വമാണ്, അവബോധത്തോടു കൂടിയാണ്.

ശിഷ്യനുമേൽ ഗുരുവിന്റെ പ്രവർത്തനം മുഴുവനും അവന്റെ സത്തയെക്കുറിച്ചുള്ള, അവന്റെ സ്വത്വത്തെക്കുറിച്ചുള്ള എന്തെങ്കിലും ഒരു അവബോധം അവനിലേക്ക് എത്തിക്കുവാനാണ്... അപൂർവം ചില ആളുകൾക്ക് മാത്രമേ അവരുടെ ആദ്ധ്യാത്മിക സത്തകളിലേക്ക് എത്തിച്ചേരുവാൻ സാധിച്ചിട്ടുള്ളു- അതങ്ങനെ സാധിച്ചിട്ടുള്ളവർ മാത്രമാണ് യഥാർത്ഥ മനുഷ്യർ. എല്ലാവർക്കും ആ സാധ്യതാശേഷിയുണ്ട്. എന്നാൽ അവർ അതിന്മേൽ പ്രവർത്തിക്കുന്നില്ല, അതുകൊണ്ട് അത് ഒരു സാധ്യതാശേഷി മാത്രമായി നിലകൊള്ളുകയും നഷ്ടപ്പെടുകയും ചെയ്യുന്നു.

അതിന് വാസ്തവമായിത്തീരുവാൻ കഴിയും. അതിനാൽ ഇപ്പോൾ മുതൽ ഇത് കാര്യമായെടുക്കുക. നിങ്ങളുടെ ജീവിതം മുഴുവനും കൂടുതൽ കൂടുതൽ ബോധവാനായിത്തീരുന്നതിനുള്ള ഗാഢമായൊരു പരിശ്രമമായിത്തീരട്ടെ. അവബോധത്തിന്റെ നൈമിഷിക ദർശനങ്ങൾ നിങ്ങളിൽ ഉയർന്നുവരാൻ തുടങ്ങുന്നതോടെ നിങ്ങളത്ഭുതപ്പെടും: അവബോധത്തിന്റെ ഓരോ നിമിഷത്തിലും പരമാനന്ദം അനുഗമിക്കുന്നു. അവബോധാവസ്ഥ ആഴമുള്ളതായിത്തീരുന്നതോടെ പരമാനന്ദവും ആഴമുള്ളതായിത്തീരുന്നു. പരമാനന്ദം അതിന്റെ അനന്തരഫലമാകുന്നു, ബോധവാനായിരിക്കുന്നതിന്റെ ഉപോത്പന്നം.

പ്രഭാതമനനം

നിങ്ങൾക്ക് ധൈര്യമുണ്ടാകുമ്പോൾ ദിവ്യാത്ഭുതങ്ങൾ സുലഭമാകുന്നു. ഓരോ നിമിഷവും അവ സംഭവിക്കുന്നു. കാരണം ഓരോ നിമിഷവും ധീരനായ മനുഷ്യൻ അറിയപ്പെട്ടതിനെ മറികടന്നു കൊണ്ടിരിക്കുന്നു. അതാണ് യഥാർത്ഥ ധൈര്യം എന്നു പറയുന്നത്. അറിയപ്പെട്ടതെല്ലാം പിന്തള്ളപ്പെടുന്നു. നിങ്ങളതിനെ ജീവിച്ചു കഴിഞ്ഞു. അത് അനുഭവിച്ചു കഴിഞ്ഞു; അതിൽ അള്ളിപ്പിടിക്കേണ്ട ആവശ്യമില്ല. അതിന്മേലുള്ള അള്ളിപ്പിടിക്കൽ നവമായവ സംഭവിക്കുന്നതിന് തടസ്സമായി നിൽക്കും. പുതിയതിന് ഇടം ആവശ്യമുണ്ട്. പഴയത് ആ ഇടം മുഴുവനും കൈയ്യടക്കുകയാണെങ്കിൽ, അപ്പോൾ എവിടെയാണതിന് സംഭവിക്കുവാൻ കഴിയുക?

ധീരനായ മനുഷ്യൻ ഭൂതകാലത്തെ, പഴമയെ, അറിയപ്പെട്ടതിനെ പുറംതള്ളിക്കൊണ്ടേയിരിക്കുകയും അജ്ഞാതത്തിലേക്ക് പോകുവാൻ സദാ സന്നദ്ധനായിരിക്കുകയും ചെയ്യുന്നു. അതിന് തന്റേടം ആവശ്യമാണ്. കാരണം അടുത്തനിമിഷത്തിൽ എന്താണ് സംഭവിക്കാൻ പോകുന്നതെന്ന് അയാളൊരിക്കലും അറിയുന്നില്ല. അത് പ്രവചനാതീതമാണ്. പരിചിതമായത് പ്രവചന വിധേയമാണ്. അത് ദുഃഖകരമാണെങ്കിൽ പോലും നിങ്ങളതിനോട് പരിചിതനാണ്. അത് നിങ്ങൾക്ക് ശീലമായിരിക്കുകയും ചെയ്യുന്നു.

ധീരന്മാർക്ക് മാത്രമുള്ളതാണ് പരമാനന്ദം. നിരന്തരമായ ഭൂതത്തെ തള്ളിമാറ്റലാണ് യഥാർത്ഥത്തിൽ പരമാനന്ദം. പരമാനന്ദമെന്നാൽ ഭൂതത്തിനോട് മരണം വരിക്കലാണ്, ഓരോ നിമിഷത്തിലും നവമായി ജന്മമെടുത്തുകൊണ്ട്. പരമാനന്ദമെന്നാൽ അതാണ്.

പ്രദോഷമനനം

നാം ലോകത്തിലേക്ക് വരുന്നത് പരിപൂർണ പരിശുദ്ധിയോടെയും നിഷ്കളങ്കതയോടെയുമാണ്, പരിപൂർണ വ്യക്തതയോടെയും വൃത്തിയോടെയും. എന്നാൽ അതിനുശേഷം ലോകം നമ്മുടെ അവബോധത്തിന്മേൽ എഴുതുവാൻ തുടങ്ങുന്നു. അത് നമ്മെ അനുശീലിപ്പിക്കുവാൻ തുടങ്ങുന്നു. അത് എല്ലാവരെയും മലിനീകരിക്കുന്നു, അശുദ്ധമാക്കുന്നു, വിഷലിപ്തമാക്കുന്നു. ഒരു കുട്ടി സ്വയം ചിന്തിക്കുവാൻ വേണ്ടത്ര പക്വമതിയായിത്തീരുമ്പോഴേക്കും ലോകം അവനെ നശിപ്പിച്ചു കഴിഞ്ഞിരിക്കും. അവൻ അപ്പോഴേക്കും വികലാംഗനായിത്തീർന്നിരിക്കും, പക്ഷവാതിയായിത്തീർന്നിരിക്കും. ലോകം അവനെ പൊയ്ക്കാലുകൾ ഉപയോഗിക്കാൻ പഠിപ്പിച്ചു കഴിഞ്ഞിരിക്കും; അവൻ സ്വന്തം ഉൾക്കാഴ്ചയെ ഉപയോഗിക്കുന്നത് മറന്നു കഴിഞ്ഞിട്ടുണ്ടാകും. അവന് സ്വന്തം കാലുകളിൽ നിൽക്കുവാൻ കഴിയുന്നില്ല; അത് അവനെ പരാശ്രയി ആക്കിയിരിക്കുന്നു.

ഇതാണ് മനുഷ്യരാശിക്കെതിരായ ഏറ്റവും വലിയ ഗൂഢാലോചന. മനുഷ്യജീവിയെ ഒരു വികലാംഗനാക്കിത്തീർക്കൽ- ഭൗതികമായിട്ടല്ല, മറിച്ച് ആദ്ധ്യാത്മികമായി. അതിനുപയോഗിക്കുന്ന തന്ത്രമാകട്ടെ നിങ്ങൾക്കൊരു മനസ്സിനെ നൽകലാണ്; നിങ്ങളുടെ അവബോധം ചിന്തകളാൽ, കാമനകളാൽ, അഭിലാഷങ്ങളാൽ ആവരണം ചെയ്യപ്പെട്ടു പോകുന്നു. അഹംബോധം, ആശയസംഹിതകൾ, മതം, രാഷ്ട്രീയം, അങ്ങനെ ഒരായിരം കാര്യങ്ങളവിടെയുണ്ട്, അടുക്കുകൾക്കുമേൽ അടുക്കുകളായി. ദർപ്പണസമാനമായ നിങ്ങളുടെ അവബോധം അപ്രത്യക്ഷമാവുന്നു. അതിനുശേഷം മനുഷ്യൻ ജീവിക്കുന്നത് അന്തസ്സുകെട്ട ഒരു ജീവിതമാണ്, തികച്ചും ശാലീന വിഹീനമായ,

ആന്ധ്യമയമായ, അങ്ങേയറ്റത്തെ പരാശ്രിതത്വത്തിന്റെ ജീവിതമാണ് അയാൾ നയിക്കുന്നത്. നിങ്ങൾ ചെയ്യേണ്ടതായ ഒരേയൊരു കാര്യം സമൂഹം നിങ്ങൾക്കെതിരെ ചെയ്തിട്ടുള്ള ഈ പ്രവൃത്തികളെ ഇല്ലായ്മ ചെയ്യലാണ്. അതിനാൽ ഞാൻ പരിശുദ്ധി പഠിപ്പിക്കുന്നില്ല, ഞാൻ സാന്മാർഗ്ഗികത പഠിപ്പിക്കുന്നില്ല- അതെല്ലാം അസംബന്ധങ്ങളാണ്. ഞാൻ ധ്യാനം മാത്രമാണ് പഠിപ്പിക്കുന്നത്, മനസ്സിൽ നിന്ന് മോചിതനാകുവാൻ വേണ്ടി. മനസ്സ് സമൂഹത്തിന്റേതാണ്. ധ്യാനം നിങ്ങളുടേതുമാണ്. ധ്യാനത്തോടൊപ്പം നിങ്ങൾ സമ്പൂർണ്ണ സ്വതന്ത്രനാകുന്നു. പൊടുന്നനെ നിങ്ങളുടെ ഉള്ളിലടങ്ങിയിട്ടുള്ള നിധികളെ നിങ്ങൾ കണ്ടെത്താൻ തുടങ്ങുകയും ചെയ്യുന്നു. അതിനുശേഷം ആഹ്ലാദങ്ങളുടെ, മനോഹാരിതകളുടെ, സംഗീതങ്ങളുടെ, ആഘോഷങ്ങളുടെ ഒരു ഘോഷയാത്ര ആരംഭിക്കുകയായി. അത് ഒരു അവസാനമില്ലാത്ത പ്രക്രിയയുമാണ്. അത് നിങ്ങൾക്ക് നിത്യതയുടെ ദർശനം നൽകുന്നു. നിങ്ങൾ അമരനാണെന്നുള്ള ഉറപ്പ് അത് നിങ്ങൾക്ക് നൽകുന്നു.

പ്രഭാതമനനം

പരമാനന്ദത്തെ സംബന്ധിച്ചുള്ള ഏറ്റവും പ്രസക്തമായ കാര്യം അത് അകമേ ഒരു വിരോധാഭാസമാണ് എന്നുള്ളതാണ്. അതിന്റെ വിരോധാഭാസപരമായ പ്രകൃതം കാരണം അത് മിക്കവാറും എല്ലായ്പ്പോഴും തന്നെ തെറ്റിദ്ധരിക്കപ്പെടുകയും ചെയ്യുന്നുണ്ട്. വിരോധാഭാസമിതാണ്: മനുഷ്യന് പരമാനന്ദം ലഭിക്കുന്നതിനായി ഏറെ ശ്രമം ചെയ്യേണ്ട ആവശ്യമുണ്ട്. എന്നിരിക്കിലും പരിശ്രമത്താൽ പരമാനന്ദം സംഭവിക്കുന്നില്ല. അത് എപ്പോഴും സംഭവിക്കുന്നത് ദൈവത്തിൽ നിന്നുള്ള ഒരു വരദാനമായിട്ടാണ്. എന്നാൽ പരിശ്രമം കൂടാതെ ആ പാരിതോഷികം സ്വീകരിക്കുവാൻ മനുഷ്യനൊരിക്കലും പ്രാപ്തനായിത്തീരുന്നില്ല. ആ പാരിതോഷികം എപ്പോഴും സുലഭ്യമാണെങ്കിലും മനുഷ്യൻ അടഞ്ഞിരിക്കുന്നു.

അതിനാൽ പരമാനന്ദം നേടുന്നതിന് മനുഷ്യന്റെ അശ്രാന്ത പരിശ്രമം വാസ്തവത്തിൽ കാരണമായിത്തീരുന്നില്ല. അതിന് പരമാനന്ദം വരുത്തിത്തീർക്കുവാൻ സാധ്യമല്ല; അതിന് വിഘ്നങ്ങൾ നീക്കം ചെയ്യുവാൻ മാത്രമേ കഴിയൂ. അത് നിഷേധാത്മകമായ ഒരു പ്രക്രിയയാണ്. അത് ഇതുപോലെയാണ്: നിങ്ങൾ ഒരു അടഞ്ഞ മുറിയിൽ ജീവിക്കുകയാണ്, ജാലകങ്ങളും വാതിലുകളുമെല്ലാം അടഞ്ഞുകിടക്കുന്നു. സൂര്യനുദിച്ചുയർന്നുവെന്നിരിക്കിലും നിങ്ങൾ ഇരുട്ടിലാണ്. നിങ്ങളുടെ പരിശ്രമം മൂലം സൂര്യന് ഉയരുവാൻ സാധിക്കുകയില്ല. നിങ്ങളെന്തൊക്കെ ചെയ്താലും അത് സൂര്യനെ ഉയർത്തുകയില്ല. പക്ഷെ നിങ്ങൾക്ക് നിങ്ങളുടെ വാതിലുകൾ തുറന്നിരിക്കാം. അല്ലെങ്കിൽ അത് അടച്ചുതന്നെ വെയ്ക്കാം- അത്രത്തോളം നിങ്ങളുടെ പരിശ്രമത്തെ ആശ്രയിച്ചിരിക്കുന്നു. നിങ്ങൾ വാതിലുകൾ തുറക്കുകയാണെ

ങ്കിൽ സൂര്യൻ നിങ്ങൾക്ക് ലഭ്യനായിത്തീരുന്നു- അല്ലാത്തപക്ഷം അത് നിങ്ങളുടെ പടിവാതിൽക്കൽ കാത്തുനിൽക്കുകയേയുള്ളു, ഒന്നു മുട്ടി നോക്കുക പോലുമില്ല. ആകെ ചെയ്യേണ്ട കാര്യം നിങ്ങൾക്കും സൂര്യനും ഇടയ്ക്കുള്ള ആ തടസ്സം നീക്കം ചെയ്യുക മാത്രമായിരിക്കെ, നിങ്ങൾക്ക് വേണമെങ്കിൽ നിത്യതയോളം അന്ധകാരത്തിൽ തന്നെ ജീവിക്കാം.

ഒരല്പം പരിശ്രമം ആവശ്യമാണ്, ഒരല്പം വിശ്വസ്തതയും ആവശ്യമാണ്. തടസ്സങ്ങൾ നീക്കം ചെയ്യുവാനായി ഒരല്പം പരിശ്രമം, കാത്തിരിക്കുവാനായി ഒരല്പം വിശ്വസ്തത, ക്ഷമ: ‘‘ദൈവം കൃപാപരനാണ്, അതിനാൽ എന്റെ തടസ്സം നീക്കം ചെയ്യപ്പെടുകയും ഞാൻ തയ്യാറാവുകയും ചെയ്യുമ്പോൾ അത് സംഭവിക്കാതിരിക്കില്ല, അത് അനിവാര്യമാണ്.’’

പ്രദോഷമനനം

സമൂഹം ഓരോ കുട്ടിയും സ്കൂളുകളിലൂടെയും കോളേജുകളിലൂടെയും സർവ്വകലാശാലയിലൂടെയും കടന്നു പോകുവാൻ ആവശ്യപ്പെടുന്നു-ജീവിതത്തിന്റെ ഏതാണ്ട് മൂന്നിലൊന്നും പാഴാക്കപ്പെടുന്നു-ഊർജ്ജത്തെ തലയെന്ന പ്രകൃതിസഹജമല്ലാത്ത ഒരു കേന്ദ്രത്തിലേക്ക് ബലമായി തിരിച്ചുവിടുവാനും ഊർജ്ജം ഹൃദയത്തിലൂടെ കടന്നുപോകാതിരിക്കുവാനും തടസ്സങ്ങൾ സൃഷ്ടിക്കുവാൻ വേണ്ടി.

പ്രകൃത്യാനുസാരിയായ പ്രക്രിയ ഊർജ്ജം സത്തയിൽ നിന്ന് ഹൃദയത്തിലേക്ക് വരികയും ഹൃദയത്തിൽ നിന്ന് തലയിലേക്ക് നീങ്ങുകയും ചെയ്യുകയാണ്. ഇതാണ് പ്രകൃതിസഹജമായ പ്രക്രിയ. ഊർജ്ജം ഹൃദയത്തിലൂടെ വരികയാണെങ്കിൽ ഹൃദയമായിരിക്കും യജമാനൻ. തല ഭൃത്യനുമായിരിക്കും. വിദ്യാഭ്യാസമെന്ന് പറയപ്പെടുന്നതിന്റെ മുഴുവൻ തന്ത്രവും ഹൃദയത്തെ പൂർണമായും ഒഴിവാക്കി സത്തയും തലയും തമ്മിൽ നേരിട്ടുള്ള ഒരു സഞ്ചാരപഥം സൃഷ്ടിക്കുകയുമാണ്. അങ്ങനെ ഹൃദയം അവഗണിക്കപ്പെടുന്നു.

അതാണ് ചെയ്തുകൊണ്ടിരിക്കുന്നത്. ഹൃദയം ഒരു ഭാഗത്ത് മാറ്റി വെയ്ക്കപ്പെടുന്നു. ഊർജ്ജം സത്തയിൽ നിന്ന് തലയിലേക്ക് നീങ്ങുവാൻ തുടങ്ങുന്നു. അപ്പോൾ തല യജമാനനായിത്തീരുന്നു. എന്നാൽ ഒരു ഭൃത്യനായിരിക്കുമ്പോൾ തല മനോഹരനായൊരു ഭൃത്യനാണ്. പക്ഷെ യജമാനനെന്ന നിലയിൽ അത് അത്യധികം വൃത്തികെട്ടതാണ്. സമൂഹം നിങ്ങളോട് ചെയ്തതെന്താണെന്ന് മനസ്സിലാക്കുന്ന നിമിഷം ഉടനടി നിങ്ങൾക്ക് നിങ്ങളുടെ ഹൃദയം തുറക്കുവാൻ കഴിയും, ഊർജ്ജം അതിലൂടെ ഒഴുകുവാൻ തുടങ്ങുകയും ചെയ്യുന്നു. എന്തുകൊണ്ടെന്നാൽ അതാണ്

സ്വാഭാവികമായ മാർഗ്ഗം, അത് അങ്ങനെ തന്നെയാ യിരിക്കണം. സമൂഹം ഇടയ്ക്ക് കയറി ഇടപെട്ടില്ലാ യിരുന്നുവെങ്കിൽ അത് ആ രീതിയിൽ തന്നെ ആയി രുന്നേനെ.

സമൂഹം പ്രേമത്തെ വളരെയധികം ഭയപ്പെടുന്നു, അത് ഹൃദയത്തെ വളരെയധികം ഭയപ്പെടുന്നു. കാരണം ഒരു മനുഷ്യൻ തലയിൽ ജീവിക്കുമ്പോൾ അവൻ വളരെ കാര്യശേഷിയുള്ളവനായിരിക്കും, നല്ലൊരു ഭൃത്യൻ, അനുസരണയുള്ളവൻ, അടിമ. അതാണ് സമൂഹത്തിനാവശ്യവും: അടിമകളെ, കാര്യ ശേഷിയുള്ള തൊഴിലാളികളെ, നല്ല ഭൃത്യന്മാരെ. സമൂഹത്തിന് യജമാനന്മാരെ ആവശ്യമില്ല. ഒരിക്കൽ നിങ്ങളുടെ ഹൃദയം തുറക്കപ്പെട്ടു കഴിഞ്ഞാൽ തട വറയിലടക്കപ്പെട്ടാൽ പോലും നിങ്ങൾ യജമാനനാ യി വർത്തിക്കും. നിങ്ങളുടെ യജമാനത്വം അത്രയും, വളരെ ആഴമുള്ളതായതിനാൽ യാതൊന്നിനും അത് നിങ്ങളിൽ നിന്ന് നീക്കം ചെയ്യുവാൻ സാധിക്കുകയില്ല. അതുകൊണ്ട് നിങ്ങൾ ഈ അത്ഭുതം പ്രവർത്തിക്കേ ണ്ടിയിരിക്കുന്നു: നിങ്ങളുടെ ഊർജ്ജത്തെ തലയിൽ നിന്ന് ഹൃദയത്തിലേക്ക് മാറ്റുക.

പ്രഭാതമനനം

നിങ്ങൾ ആടുകയും പാടുകയും ആഘോഷിക്കുകയും ചെയ്യാത്തിടത്തോളം നിങ്ങൾ ദൈവത്തിനു വേണ്ടി തയ്യാറായിട്ടില്ല. ദൈവം ആഘോഷമാകുന്നു, ദൈവം ഒരു നൃത്തമാകുന്നു, ദൈവം ഒരു ഗാനമാകുന്നു. ഗൗരവക്കാരും വിഷാദികളുമായ ആളുകളിലേക്ക് ദൈവത്തിന് സംഭവിക്കുവാൻ സാധ്യമല്ല; ദുഃഖിതരായ ആളുകളിലേക്ക് ദൈവത്തിന് സംഭവിക്കുവാൻ സാധ്യമല്ല.

ദുഃഖം മനുഷ്യരെ സങ്കോചിപ്പിക്കുന്നു, ആനന്ദം അവരെ വികസിപ്പിക്കുകയും ചെയ്യുന്നു. പരമാനന്ദം അവരെ ധാരാളം ഇടമുള്ളതാക്കിത്തീർക്കുന്നു- ദൈവത്തിന് ആ ഇടമത്രയും ആവശ്യവുമുണ്ട്. അപ്പോൾ മാത്രമേ ആ പരമമായ ആകാശത്തിന് നിങ്ങളിൽ പ്രവേശിക്കുവാൻ കഴിയൂ. നിങ്ങൾ ഏതാണ്ട് ആകാശത്തോളം വിസ്തൃതമായിത്തീരേണ്ടതുണ്ട്- ഇത് പരിപൂർണമായ പരമാനന്ദാവസ്ഥയിൽ മാത്രമേ സാധ്യമാവുകയുമുള്ളു.

പ്രദോഷമനനം

എല്ലാ തരത്തിലുമുള്ള വിഢ്ഢികളെ നിങ്ങൾ വിശ്വസിച്ചുവന്നു എന്നതൊഴികെ നിങ്ങൾക്ക് മറ്റൊരു കുഴപ്പവുമില്ല. നിങ്ങളുടെ സ്വന്തം ഹൃദയത്തിന് ശ്രദ്ധ കൊടുക്കാതെ, ഒന്നും അറിഞ്ഞുകൂടാത്തവരായ പലവിധ മനുഷ്യരെ നിങ്ങൾ ശ്രദ്ധിച്ചു. ആ കടം കൊണ്ട അറിവുകളെല്ലാം ഉപേക്ഷിക്കുക. ആദിപാപത്തെ സംബന്ധിച്ച ഈ വിഢ്ഢിക്കഥകളെല്ലാം മറന്നേ കളയുക. നിങ്ങൾ പാപിയാണെന്ന ആശയം മറന്നു കളയുക. എല്ലാവരും ദൈവത്തിന്റെ അംശമാണ്. അവിഭാജ്യമായ അംശം. ഓരോരുത്തരും ദൈവികതയാകുന്നു. അതെ അല്പം ചില ദൈവിക മനുഷ്യർ ഗാഢനിദ്രയിലാണ്- അത് അവരുടെ തെരഞ്ഞെടുപ്പാണ്. അല്പം ചിലർ ഉണർന്നിരിക്കുന്നു- അത് അവരുടെ തെരഞ്ഞെടുപ്പ്. ഉറക്കത്തിലാണെങ്കിൽ പോലും അതിലൊരു തെറ്റുമില്ല, നിങ്ങൾക്ക് കേവലം കുറേ ദുഃസ്വപ്നങ്ങൾ കാണേണ്ടി വരുമെന്ന് മാത്രം. അതിലും അത്രയേറെ വിഷമിക്കാനൊന്നുമില്ല, കാരണം ആ ദുഃസ്വപ്നങ്ങൾ വെറും സാങ്കല്പികമാണ്. ഇന്നോ നാളെയോ നിങ്ങൾ ഉണരും. മാത്രമല്ല നിങ്ങൾ അത് ആസ്വദിച്ചുകൊണ്ടിരിക്കുകയാണെങ്കിൽ ആസ്വദിച്ചുകൊള്ളുക! അതിൽ ഇടപെടുവാൻ ആർക്കും അവകാശമില്ല. നിങ്ങൾ ഉണരുന്നതാണ് എനിക്കിഷ്ടം, എങ്കിലും ഉണരാതിരിക്കുവാനാണ് നിങ്ങൾ തീരുമാനിക്കുന്നതെങ്കിൽ, നിങ്ങൾ നിന്ദിക്കപ്പെടുവാനോ നരകത്തിലെറിയപ്പെടുവാനോ പോകുന്നില്ല. കേവലം ഉറക്കത്തിലാണെന്നതിനാൽ തന്നെ നിങ്ങൾ വേണ്ടത്ര പീഡനം അനുഭവിക്കുകയാണ്, നരകത്തിലേക്കയച്ച് കൂടുതൽ പീഡനം അനുഭവിപ്പിക്കേണ്ട ആവശ്യമൊന്നുമില്ല.

അതുകൊണ്ട് ബുദ്ധന്മാരും സാധാരണജനങ്ങളും തമ്മിലുള്ള ഒരേയൊരു വ്യത്യാസം ഇതു മാത്ര

മാണ്. അല്ലാത്തപക്ഷം അവരെല്ലാം ഒരുപോലെയാണ്.... അവർക്കെല്ലാവർക്കും ഉണർച്ച പ്രാപിക്കുവാനുള്ള ഒരേ സാധ്യതാശേഷിയാണുള്ളത് എന്ന അർത്ഥത്തിൽ അവരെല്ലാവരും ഒരുപോലെയാണ്, എല്ലാവരും സദൃശരാണെന്ന അർത്ഥത്തിലല്ല. അവരെല്ലാം അദ്വിതീയരാണ്.

പ്രഭാതമനനം

അവബോധവാനായ ഒരു മനുഷ്യന് അറിയാം, ജീവിതം നിരന്തരം മാറിക്കൊണ്ടിരിക്കുന്നുവെന്ന്. ജീവിതം മാറ്റമാകുന്നു. മാറ്റമില്ലാത്തതായി ഒന്നു മാത്ര മേയുള്ളു, അത് മാറ്റം തന്നെയാകുന്നു. മാറ്റമൊഴികെ മറ്റുള്ളതെല്ലാം മാറുന്നു. ജീവിതത്തിന്റെ ഈ പ്രക്രിയ തത്തെ അംഗീകരിക്കുകയെന്നതാണ്, മാറിക്കൊണ്ടി രിക്കുന്ന ഈ അസ്തിത്വത്തെ അതിന്റെ എല്ലാവിധ കാലാവസ്ഥകളോടും മനോഭാവങ്ങളോടും കൂടി സ്വീകരിക്കുകയെന്നതാണ്, ഒരു നിമിഷനേരത്തേക്ക് പോലും നിലയ്ക്കാത്ത, നിരന്തരമായ ഈ പ്രവാ ഹത്തെ അംഗീകരിക്കുക എന്നതാണ് ആനന്ദവാ നായി വർത്തിക്കൽ. അപ്പോൾ ആർക്കും നിങ്ങളുടെ പരമാനന്ദത്തെ അലോസരപ്പെടുത്താനാവില്ല.

സ്ഥിരതയ്ക്കു വേണ്ടിയുള്ള നിങ്ങളുടെ ആക്രാ ന്തമാണ് നിങ്ങൾക്ക് പ്രയാസങ്ങൾ സൃഷ്ടിക്കുന്നത്. യാതൊരു മാറ്റവുമില്ലാത്ത ഒരു ജീവിതത്തിൽ ജീവി ക്കുവാനാണ് നിങ്ങൾ ആഗ്രഹിക്കുന്നത്. അത് സാധ്യ മല്ലതാനും- അസാധ്യമായതാണ് നിങ്ങൾ ആവശ്യ പ്പെടുന്നത്.

കൊച്ചുപയ്യൻ യുവാവായിത്തീരും, യുവാവ് വൃദ്ധ നായിത്തീരും. ഇന്നലെ ജീവനോടെയിരുന്നവൻ ഇന്ന് മൃതനായിത്തീരും. ഈ മാറ്റങ്ങളെല്ലാം നിങ്ങൾ അംഗീകരിക്കുകയാണെങ്കിൽ, കാര്യങ്ങളുടെ ഈ നടപ്പ് നിങ്ങൾ സ്വീകരിക്കുകയാണെങ്കിൽ, ജീവിതം അങ്ങനെയാണെന്നറിഞ്ഞുകൊണ്ട് അത് സന്തോഷ പൂർവ്വം സംഭവിക്കുവാൻ നിങ്ങൾ അനുവദിക്കുക യാണെങ്കിൽ, നിങ്ങളുടെ പരമാനന്ദത്തിൽ നിന്ന് നിങ്ങളെ വ്യതിചലിപ്പിക്കുവാൻ ഒരാൾക്കും സാധി ക്കുകയില്ല.

അപ്പോൾ ഓരോ നിമിഷവും നിങ്ങൾ ജീവൽ പ്രവാഹത്തോടൊപ്പം നീങ്ങുന്നു; അല്ലാത്തപക്ഷം ആളുകൾ സദാ പിന്നിലായി പോകുന്നു. ജീവിതം എപ്പോഴും മുന്നിൽ പാഞ്ഞുകൊണ്ടിരിക്കുകയും അവർ അതിദൂരം പിന്നിലായി പോവുകയും ചെയ്യുന്നു. ജീവിതം തൽസമയത്ത് എവിടെ എത്തിയിരിക്കുന്നുവോ അവിടെ അവർ എത്തുമ്പോഴേക്കും ജീവിതം അവിടെ നിന്ന് വീണ്ടും മുന്നോട്ട് നീങ്ങി കഴിഞ്ഞിരിക്കും. അത് ഒരു പുഴപോലെയാണ്. അത് എവിടെയും ഉറച്ചു നിൽക്കുന്നില്ല, ചലനാത്മകമാണത്.

പ്രദോഷമനനം

സാധാരണയായി മനുഷ്യൻ അവന്റെ സത്തയ്ക്കു ചുറ്റും പൊടിപടലങ്ങൾ സംഭരിക്കുകയും തന്റെ ജന്മാവകാശമായ പ്രസന്നത നഷ്ടപ്പെടുത്തുകയും ചെയ്യുന്നു. എല്ലാവരും ബുദ്ധിമാന്മാരായാണ് ജനിക്കുന്നത്. എന്നാൽ എല്ലാവരും ശരാശരിയിൽ താഴ്ന്നവരായി ത്തീർന്നു കൊണ്ടിരിക്കുന്നു. മരിക്കുന്ന സമയമാകുമ്പോഴേക്കും അയാൾ ഏതാണ്ട് മന്ദബുദ്ധിയാകുന്നു. ഇത് വിചിത്രമായ ഒരു പ്രതിഭാസമാണ്. ആളുകൾ അതിനെ മുന്നോട്ടുള്ള പരിണാമം എന്ന് വിളിക്കുകയും ചെയ്യുന്നു - ഇത് മുന്നോട്ടുള്ള പരിണാമമല്ല, പിന്നോട്ടുള്ള പരിണാമമാണ്.

കുട്ടികൾ കൂടുതൽ ബുദ്ധിമാന്മാരാണ്, കൂടുതൽ ജീവസ്സുള്ളവർ, എല്ലാ കാര്യങ്ങളെയും കുറിച്ച് കൂടുതൽ വ്യക്തതയുള്ളവർ, അവർക്ക് യാതൊരു ആശയക്കുഴപ്പവുമില്ല. അവർ വളരുവാൻ തുടങ്ങുന്നതോടെ എല്ലാ ഭാഗത്തുനിന്നും ആശയക്കുഴപ്പങ്ങൾ ശേഖരിച്ചു തുടങ്ങുന്നു. അവർക്ക് ഇരുപത്തിയൊന്ന് വയസ്സ് പ്രായമാകുന്നതുവരെ നാം കാത്തിരിക്കുന്നു, അതിനുശേഷം അവർക്ക് സമ്മതിദാനത്തിനുള്ള അവകാശം നൽകുന്നു. എന്തുകൊണ്ടെന്നാൽ അപ്പോഴേക്കും എല്ലാവർക്കും ബൗദ്ധികപ്രകാശം നഷ്ടമാകുന്നു. എല്ലാവരും വിരസനും മന്ദബുദ്ധിയുമായി ത്തീരുന്നു. അപ്പോൾ നിങ്ങളെ അവർ പ്രായപൂർത്തിയായവൻ (Adult) എന്ന് വിളിക്കുന്നു. നിങ്ങൾ വാസ്തവത്തിൽ മായം ചേർക്കപ്പെടുകയാണ് (Adulterate), തികച്ചും മായം ചേർക്കപ്പെടുന്നു. എന്നാൽ ആളുകൾ പറയുന്നു, "നിങ്ങൾ ഇപ്പോൾ പ്രായപൂർത്തിയെത്തിയവൻ ആയിരിക്കുന്നു." തീർച്ചയായും കുട്ടികൾക്ക് വോട്ടവകാശം നൽകുവാൻ രാഷ്ട്രീയക്കാർ

ഭയപ്പെടുന്നു. കാരണം അവർ ഉള്ളിന്റെയുള്ള് തെളിഞ്ഞു കാണും. നിങ്ങൾക്ക് കാണുവാനുള്ള ശേഷിയെല്ലാം നഷ്ടപ്പെട്ടു കഴിഞ്ഞതിനുശേഷം, നിങ്ങൾ തീർത്തും അന്ധനാകുമ്പോൾ മാത്രമേ നിങ്ങൾക്ക് സമ്മതിദാനാവകാശം നല്കുവാൻ സാധിക്കൂ.

ഇവിടെ എന്റെ ശ്രമം നിങ്ങളുടെ തുരുമ്പുകളെല്ലാം, പൊടിപടലങ്ങളെല്ലാം തുടച്ചുമാറ്റുന്നതിന് നിങ്ങളെ സഹായിക്കുവാനാണ്, നിങ്ങളുടെ ദർപ്പണത്തെ വൃത്തിയാക്കുവാൻ, അങ്ങനെ നിങ്ങൾക്ക് വീണ്ടും നിങ്ങളുടെ തനതായ മുഖം കാണുവാൻ സാധിക്കുമാറാക്കുവാൻ.

പ്രഭാതമനനം

എല്ലാ കാര്യങ്ങളും മാറിക്കൊണ്ടിരിക്കുന്നു, യാതൊന്നും അതുപോലെ തന്നെ നിലനിൽക്കുന്നില്ല- തുടർച്ചയായ രണ്ട് നിമിഷനേരത്തേക്ക് പോലും. ഇത് മനസ്സിലാക്കപ്പെടുമ്പോൾ കാര്യങ്ങളെ അവയായിരിക്കുന്നതുപോലെ എന്നെന്നേക്കുമായി നിലനിർത്തുക എന്ന ആഗ്രഹം മുഴുവൻ കൊഴിഞ്ഞു വീഴുന്നു. ആ കൊഴിഞ്ഞു വീഴലിൽ നിങ്ങൾ സ്വതന്ത്രനാകുന്നു. പെട്ടെന്ന് മഹത്തായ ഒരു സ്വാതന്ത്ര്യം അനുഭവപ്പെടുന്നു. അപ്പോൾ പിന്നെ നിങ്ങൾ യാതൊന്നിനാലും അസ്വസ്ഥനാകുന്നില്ല, യാതൊന്നിനും നിങ്ങളെ അലോസരപ്പെടുത്തുവാൻ സാധിക്കുന്നില്ല.

കാര്യങ്ങൾ നിങ്ങളെ അലോസരപ്പെടുത്തുന്നതിനുകാരണം നിങ്ങൾ മറ്റെന്തോ പ്രതീക്ഷിച്ചുകൊണ്ടിരിക്കുകയും അത് ആ രീതിയിൽ സംഭവിക്കാതിരിക്കുകയും ചെയ്യുന്നതാണ്. നിങ്ങൾ ഇച്ഛാഭംഗപ്പെടുവാൻ കാരണം നിങ്ങൾ മറ്റെന്തോ കാര്യങ്ങൾ പ്രതീക്ഷിക്കുകയും നിങ്ങൾ പ്രതീക്ഷിച്ചിരുന്ന വിധത്തിൽ അത് സംഭവിക്കാതിരിക്കുകയും ചെയ്തതാണ്. സംഭവിക്കുന്നത് മറ്റേതോ വിധത്തിലാണ്, അത് നിങ്ങളുടെ കാമനകളെ സഫലീകരിക്കുന്നില്ല. അത് അതിന്റെ വഴിക്ക് പോകുന്നു, അത് നിങ്ങളെ ശ്രദ്ധിക്കുന്നില്ല.

എന്താണ് സംഭവിക്കാൻ പോകുന്നതെന്ന് ഒരാൾ ഒരിക്കലും അറിയുന്നില്ല. അത് മനോഹരവുമാണ്, എന്താണ് സംഭവിക്കാൻ പോകുന്നതെന്ന് ഒരിക്കലും അറിയാതിരിക്കുന്നത് മനോഹരമാണ്. അതാണ് ജീവിതത്തിന്റെ വൈകാരിക പ്രക്ഷുബ്ധതയും ആനന്ദാതിരേകവും, അതായത് അത് ഒരു നിത്യ വിസ്മയമായിരിക്കുന്നു. പ്രവചിക്കുവാൻ സാധ്യമായിരുന്നുവെങ്കിൽ അത് യാന്ത്രികമായേനെ. അത് പ്രവചിക്കുവാൻ സാധ്യമല്ല- വിസ്മയങ്ങൾ എന്നും

ബാക്കിയായിരിക്കും. നിങ്ങൾ എത്രമാത്രം ജാഗരൂകനായിരിക്കുന്നുവോ അത്രകണ്ട് വിസ്മയങ്ങൾ വർദ്ധിക്കുകയും ചെയ്യുന്നു. അതുകൊണ്ട് ആളുകൾ ജാഗ്രത്താകുന്നതിനെ ഒഴിവാക്കുന്നു- ഈ മാറ്റത്തിനെതിരെ അവരെ സ്വയം സംരക്ഷിച്ച് നിർത്തുന്നതിനു വേണ്ടി അവർ അസംവേദിയായിത്തീരുന്നു. അവബോധവാനായ ഒരു മനുഷ്യൻ മാറിക്കൊണ്ടിരിക്കുന്ന ആ പ്രതിഭാസത്തെ സ്വീകരിക്കുവാൻ മാത്രം ധീരനായിത്തീരുന്നു. ആ സ്വീകൃതത്വത്തിൽ തന്നെയാണ് പരമാനന്ദം; അപ്പോൾ എല്ലാം നല്ലതു തന്നെയാണ്, അപ്പോൾ നിങ്ങൾ ഒരിക്കലും ഇച്ഛാഭംഗപ്പെടുന്നില്ല.

പ്രദോഷമനനം

സമൂഹത്തിന്റെ ഘടന മുഴുവനും ഹൃദയത്തിനെതിരാണ്. അത് തലയെ പരിശീലിപ്പിക്കുന്നു, അത് തലയെ അനുശീലിപ്പിക്കുന്നു, അത് തലയ്ക്ക് വിദ്യാഭ്യാസം നൽകുന്നു. അത് ഹൃദയത്തെ അവഗണിക്കുകയും ഒഴിവാക്കുകയും ചെയ്യുന്നു. എന്തുകൊണ്ടെന്നാൽ ഹൃദയം ഒരു ആപൽക്കരമായ പ്രതിഭാസമാണ്. തല ഒരു യന്ത്രമാണ്. യന്ത്രങ്ങൾ ഒരിക്കലും കലാപകാരികളാകുന്നില്ല, അവയ്ക്കതിനു സാധിക്കുകയില്ല. അവ കേവലം ആജ്ഞകളെ അനുസരിക്കുക മാത്രമേ ചെയ്യുന്നുള്ളു. അത്തരത്തിൽ നോക്കിയാൽ യന്ത്രങ്ങൾ നല്ലതു തന്നെ- അവയ്ക്ക് അനുസരണയുണ്ട്. അതിനാൽ ഭരണകൂടം, കത്തോലിക്കസഭ, മാതാപിതാക്കൾ, എല്ലാവരും തലയിൽ തല്പരരാണ്. അത് എല്ലാവർക്കും സൗകര്യപ്രദം തന്നെ.

ഹൃദയം നിലവിലുള്ള അവസ്ഥയിൽ അസൗകര്യങ്ങൾ സൃഷ്ടിക്കുന്നു. സ്ഥാപിതമായ സാമൂഹ്യക്രമത്തിന്, സ്ഥാപിത താല്പര്യങ്ങൾക്ക് അത് തലവേദന സൃഷ്ടിക്കുന്നു. തല പ്രവർത്തിക്കുന്നത് യുക്തിയിലൂടെയാണ്. അതിനെ ബോധ്യപ്പെടുത്തുവാനാകും. അതിനെ ക്രിസ്ത്യാനിയാക്കുവാൻ കഴിയും. ഹിന്ദുവോ മുഹമ്മദീയനോ ആക്കുവാൻ കഴിയും; അതിനെ കമ്യൂണിസ്റ്റോ ഫാസിസ്റ്റോ സോഷ്യലിസ്റ്റോ ആക്കുവാൻ കഴിയും. തലയോട് എന്തും ചെയ്യാം. നിങ്ങൾക്ക് സമർത്ഥമായ ഒരു വിദ്യാഭ്യാസ സമ്പ്രദായം, ഒരു കൗശലപൂർണമായ തന്ത്രം മാത്രമേ വേണ്ടതുള്ളു. കൃത്യമായും കമ്പ്യൂട്ടറുകളിൽ ഫീഡ് ചെയ്യുന്ന അതേ രൂപത്തിൽ നാം തലയെയും ഫീഡ് ചെയ്യുന്നു. അങ്ങനെ നിങ്ങൾ എന്താണോ തലയിൽ ഫീഡ് ചെയ്യുന്നത് തല അത് ആവർത്തി

ച്ചുകൊണ്ടേയിരിക്കുന്നു. അതിന് പുതുതായി ഒരൊറ്റ കാര്യവും കൊണ്ടുവരാൻ കഴിയുന്നില്ല. അത് ഒരിക്കലും തനതായിരിക്കുകയില്ല.

ഹൃദയം പ്രേമത്തിലൂടെ ജീവിക്കുന്നു, പ്രേമം അനുശീലിപ്പിക്കാൻ സാധ്യമല്ല. അത് അനിവാര്യമായും കലാപമാകുന്നു. പ്രേമം നിങ്ങളെ എങ്ങോട്ടാണ് കൊണ്ടു പോകുന്നതെന്ന് ആർക്കും അറിയുവാൻ കഴിയുന്നില്ല. അത് പ്രവചനാതീതമാണ്, നൈസർഗ്ഗികമാണ്. അത് ഒരിക്കലും പഴയത് ആവർത്തിക്കുന്നില്ല, അത് എപ്പോഴും വർത്തമാന നിമിഷത്തോട് പ്രതികരിക്കുന്നു. ഹൃദയം വർത്തമാനത്തിൽ ജീവിക്കുന്നു, തല ജീവിക്കുന്നത് ഭൂതത്തിലാണ്. അതിനാൽ തല എപ്പോഴും പാരമ്പര്യ നിഷ്ഠമാണ്, ആചാരാനുസൃതമാണ്. ഹൃദയമാകട്ടെ എപ്പോഴും വിപ്ലവകാരിയാണ്, കലാപകാരിയാണ്. എന്നാൽ നിങ്ങൾക്ക് ഹൃദയത്തിലൂടെ മാത്രമേ, പ്രേമത്തിലൂടെ മാത്രമേ വിജയിയാകുവാൻ സാധിക്കുകയുള്ളു. യുക്തിയിലൂടെ അതിന് സാധിക്കുകയില്ല.

അത്ഭുതകരമായ കാര്യമെന്തെന്നാൽ, ഈ ആൾക്കൂട്ട മനശ്ശാസ്ത്രത്തോട് കലാപം ചെയ്യുകയും നിങ്ങൾ കൂടുതൽ കൂടുതൽ സ്വതന്ത്രനായിത്തീരുകയും ചെയ്യുമ്പോൾ പെട്ടെന്ന്, നിങ്ങൾ പൂർണതയുമായി, പ്രാപഞ്ചികവുമായി ഏകീഭവിക്കുന്നതായി നിങ്ങൾക്ക് സ്വയം തോന്നുവാൻ തുടങ്ങുന്നു.

പ്രഭാതമനനം

ജീവിതം ആരംഭിക്കുന്നത് പരമാനന്ദം നിങ്ങളുടെ സത്തയിലേക്ക് പ്രവേശിക്കുമ്പോൾ മാത്രമാണ്. എന്നാൽ അതിനുവേണ്ടി നിങ്ങൾ വഴക്കമുള്ളവനായിരിക്കേണ്ടതുണ്ട്: മഞ്ഞിന്റെയും മഴയുടെയും സൂര്യപ്രകാശത്തിന്റെയും നേരെ തുറന്നിരിക്കേണ്ടതുണ്ട്. അസ്തിത്വത്തിനു നേരെ തുറന്നിരിക്കേണ്ടതുണ്ട്. അങ്ങനെ തുറന്നിരിക്കുവാനായി തന്റേടം ആവശ്യമാണ്. കാരണം അത് ആപൽക്കരമാണ്. ജീവിക്കുക എന്നത് ആപൽക്കരമാണ്, മരിക്കുന്നതാണ് വളരെ സുഖകരം. വാസ്തവത്തിൽ കുഴിമാടത്തേക്കാൾ സുഖകരമായ മറ്റൊരു സ്ഥലമില്ല- ഒരു പ്രശ്നവുമില്ല. ഒരു ആകാംക്ഷയുമില്ല. ഒരുവൻ എന്നെന്നേയ്ക്കുമായി ഉറങ്ങുവാൻ കിടന്നിരിക്കുന്നു.

മരണസദൃശമായ ജീവിതമാണ് ആളുകൾ കാംക്ഷിക്കുന്നത്- സുഖകരം സൗകര്യപ്രദം. എന്നാൽ അവർക്ക് ജീവിതത്തിന്റെ മുഴുവൻ ഹരവും നഷ്ടപ്പെടുന്നു. ആ സാഹസികത, ആ അഭിവാഞ്ഛ, ആ മുന്തിരിച്ചാറ്.

ഓർക്കുക, ധൈഷണികനായ ഒരു മനുഷ്യനു പ്രധാനമായും, പ്രാഥമികമായും വേണ്ടത് പരമാനന്ദത്തിന് വേണ്ടിയുള്ള അന്വേഷണവും ആരായലുമാണ്. പരമാനന്ദവുമായി ഒരിക്കൽ നിങ്ങൾ ബന്ധപ്പെട്ടു കഴിഞ്ഞാൽ, ഒരിക്കൽ അത് രുചിച്ചു കഴിഞ്ഞാൽ നിങ്ങൾ പുനർജനിക്കുന്നു. യഥാർത്ഥ ജീവിതം ആരംഭിക്കുന്നു, അതെന്താണെന്ന് അപ്പോൾ നിങ്ങൾ അറിയുന്നു.

പ്രദോഷമനനം

മനുഷ്യരാശിയുടെ മുഴുവൻ ചരിത്രവും ആരംഭിക്കുന്നത് ഏദൻ തോട്ടത്തിൽ നിന്നാണ്. മനുഷ്യൻ ആ തോട്ടത്തിൽ നിന്ന് പുറത്താക്കപ്പെട്ടിരിക്കുന്നു. അതിനുശേഷം മനുഷ്യൻ ഒരു മരുഭൂമിയിൽ അലഞ്ഞു നടക്കുകയായിരുന്നു. ആ തോട്ടത്തിന്റെ മഹിമ എങ്ങനെയോ അവനിപ്പോഴും ഓർക്കുന്നു. ആ സുദിനങ്ങൾ, കാലരഹിതമായ ആ ദിനങ്ങൾ, പുറത്താക്കപ്പെടുന്നതിനു മുമ്പുള്ള ദിനങ്ങൾ.

ആ ബൈബിൾ കഥ വെറുമൊരു കഥ മാത്രമല്ല, അതിൽ മഹത്തായ ഒരു സത്യം അടങ്ങിയിട്ടുണ്ട്. എല്ലാ മനുഷ്യനും എന്തോ നഷ്ടമായിരിക്കുന്നു എന്ന തോന്നലുണ്ട്, താൻ ആയിരിക്കേണ്ട ഇടത്തല്ല താനുള്ളത് എന്ന തോന്നൽ. എന്താണ് നഷ്ടമായ തെന്നതിനെക്കുറിച്ച് അവന് വളരെ വ്യക്തതയില്ലായിരിക്കാം, എങ്കിലും എല്ലാവർക്കും ഇത്രമാത്രമുള്ള ഒരു തോന്നലുണ്ട്: എന്തോ തകരാറുണ്ട് എന്ന അവ്യക്തമായ ഒരു തോന്നൽ. ‘‘ശരിയായ സ്ഥലത്തല്ല, ശരിയായ സാഹചര്യത്തിലല്ല താനുള്ളത്’’, ‘‘ഞാൻ ഇങ്ങനെയായിരിക്കേണ്ടവനല്ല, എന്തോ പിശക് പറ്റിയിരിക്കുന്നു’’ എന്നുള്ള ഒരു തോന്നൽ.

ദൈവത്തിൻെറ പൂന്തോപ്പിൽ നിന്നും മനുഷ്യൻ പുറത്താക്കപ്പെട്ടിരിക്കുന്നു. അവന്റെ പുറത്താക്കപ്പെടലിനുള്ള കാരണം അവൻ വിജ്ഞാനിയാകുവാൻ ശ്രമിച്ചു, വിജ്ഞാനവൃക്ഷത്തിൽ നിന്ന് വിജ്ഞാന പഴങ്ങൾ ഭക്ഷിച്ചു എന്നതായിരുന്നു.

ഒരുവൻ വിജ്ഞാനിയാകുവാൻ തുടങ്ങുന്ന നിമിഷം അയാൾക്ക് ഹൃദയവുമായുള്ള ബന്ധം വിച്ഛേദിക്കപ്പെടുന്നു- ഹൃദയമാണ് യഥാർത്ഥമായ ഏദൻ തോട്ടം. നമ്മൾ അത് നമുക്കുള്ളിൽ തന്നെ കൊണ്ടു നടക്കുന്നു. നമ്മൾ ശരിക്കും പുറത്താക്കപ്പെട്ടതല്ല, നമ്മളത് കേവലം മറന്നു പോയതാണ്, നമ്മളത് അവഗണിച്ചതാണ്. നമ്മൾ തലയിൽ കുടുങ്ങി പോയിരിക്കുന്നു, വിജ്ഞാനത്തോട് അമിതമായി അടിപ്പെട്ടു പോയിരിക്കുന്നു. നമ്മൾ സത്തയിൽ വളരുന്നതിനു പകരം, സത്താപരമായി പുഷ്പീകരിക്കുന്നതിനു പകരം നാം വെറുതെ വിവരങ്ങൾ ശേഖരിച്ചുകൊണ്ടിരിക്കുന്നു, നിഷ്ഫലമായ വെറും വിവരങ്ങൾ. ഹൃദയമാണ് ഏദൻ തോട്ടം, ആ പറുദീസ. ഇവിടെ എന്റെ മുഴുവൻ പരിശ്രമവും ഏതെങ്കിലും വിധത്തിൽ വിണ്ടും വീണ്ടും ആ പൂന്തോപ്പിലേക്ക് പ്രവേശിക്കുവാൻ നിങ്ങളെ സഹായിക്കുവാനാണ്. ഒരിക്കൽ നിങ്ങളാ തോട്ടത്തിൽ എത്തിക്കഴിഞ്ഞാൽ, ഒരിക്കൽ അത് വീണ്ടും രുചിച്ചു നോക്കിക്കഴിഞ്ഞാൽ നിങ്ങൾ പരിവർത്തനപ്പെടും.

പ്രഭാതമനനം

ആനന്ദവാനായ ഒരു വ്യക്തിക്ക് മാത്രമേ മറ്റുള്ള വർക്ക് സഹായിയാകുവാൻ കഴിയൂ. പരമാനന്ദത്തിന് മാത്രമേ നിങ്ങളെ കാരുണ്യവാനാക്കുവാൻ കഴിയൂ. പരമാനന്ദത്തിന് മാത്രമേ മറ്റുള്ളവരെ സഹായിക്കു വാനും സേവിക്കുവാനും കഴിയുന്ന മനോഹരമായൊരു ഊർജ്ജം നിങ്ങളിൽ സൃഷ്ടിക്കുവാൻ കഴിയൂ. പര മാനന്ദത്തെക്കൂടാതെ നിങ്ങൾക്ക് ആർക്കുവേണ്ടിയും സേവനം ചെയ്യാനാവില്ല. സേവനം ചെയ്യുകയാണെന്ന് നിങ്ങൾ വിചാരിക്കുന്നുണ്ടാകാം, നിങ്ങൾ ദ്രോഹം മാത്രമായിരിക്കും ചെയ്യുന്നത്.

ദുഃഖിതനായ ഒരു വ്യക്തിക്ക് ദുഃഖം മാത്രമേ മറ്റുള്ളവർക്ക് നൽകാൻ കഴിയൂ. നമുക്കുള്ളത് മാത്ര മേ നമുക്ക് നൽകുവാൻ കഴിയൂ. ഉദ്ദേശശുദ്ധിയുടെ പ്രശ്നമല്ലത്. സഹായിക്കുവാൻ നിങ്ങൾക്ക് ആഗ്രഹ മുണ്ടായിരിക്കാം, എങ്കിലും നിങ്ങളുടെ ഉള്ളിൽ ആനന്ദപൂർണമായ ഒരു ഊർജ്ജമില്ലാത്തപക്ഷം, അത് അവിടെ കവിഞ്ഞൊഴുകുന്നില്ലെങ്കിൽ, നിങ്ങൾ ദ്രോഹം ചെയ്യാതെ തരമില്ല.

ഞാൻ ഉറപ്പിച്ചു പറയാൻ ഉദ്ദേശിക്കുന്ന അടിസ്ഥാ നപരമായ ഒരു കാര്യമാണിത്. കാരണം മതത്തിന്റെ പേരിൽ ഇന്നേവരെ പല ആളുകളും മനുഷ്യരാശിക്ക് സേവനമനുഷ്ഠിച്ചു പോരുന്നുണ്ട്: അവർ സ്വയം ദുഃഖിതരാണ്, എന്നിട്ടും അവർ മനുഷ്യരാശിയുടെ മഹാസേവകന്മാരായിത്തീരുന്നു. അവർ ദരിദ്രരെ സ്നേഹിക്കുന്നു, അവർ വികലാംഗരെ സ്നേഹി ക്കുന്നു, രോഗികളെ സ്നേഹിക്കുന്നു. അവർ വിദ്യാല യങ്ങളും ആതുര സേവാലയങ്ങളും തുറക്കുന്നു, അതുപോലുള്ള പല പല കാര്യങ്ങളും ചെയ്യുന്നു. അവർ കുഴപ്പങ്ങൾ സൃഷ്ടിക്കുക മാത്രമാണ് ചെയ്യു ന്നത്. അവർ ആരെയും സഹായിക്കുന്നേയില്ല. അവ

നാം തനിയേ പറക്കുന്നു

രുടെ മുഴുവൻ രീതികളും ഒരു അഹംബോധ സഞ്ചാരമാണ്.

മാതാപിതാക്കൾ വിചാരിക്കുന്നത് അവർ തങ്ങളുടെ കുട്ടികളെ സഹായിക്കുകയാണെന്നാണ്. എന്നാൽ അവർ കേവലം നശിപ്പിക്കുകയാണ്. അവർക്ക് സഹായിക്കാൻ ആഗ്രഹമില്ലെന്നല്ല ഞാൻ പറയുന്നത്; അവർക്ക് സഹായിക്കണമെന്നുണ്ട്, പക്ഷെ അവർക്കതിനുള്ള പ്രാപ്തിയില്ല. അവരുടെ മാതാപിതാക്കൾ അവരെ നശിപ്പിച്ചു, അവരിപ്പോൾ അവരുടെ കുട്ടികളെയും നശിപ്പിക്കുന്നു. അങ്ങനെ ദുഃഖം തുടർന്നുകൊണ്ടിരിക്കുന്നു, സംഭരിക്കപ്പെട്ടുകൊണ്ടിരിക്കുന്നു, അത് കൂടുതൽ കൂടുതൽ വലുതായിക്കൊണ്ടിരിക്കുന്നു.

അതുകൊണ്ട് ഞാൻ എന്റെ സന്ന്യാസികളോട് മനുഷ്യരാശിയുടെ സേവകരാകണമെന്ന് പറയുന്നില്ല; ധ്യാനികളാകുവാനാണ് ഞാൻ പറയുന്നത്. നർത്തകന്മാരായി വർത്തിക്കുക. ആഹ്ലാദം കൊള്ളുക. അപ്പോൾ സേവനം വന്നുചേരും. അതിനെക്കുറിച്ച് സംസാരിക്കേണ്ട യാതൊരു ആവശ്യവുമില്ല. അത് അതിന്റെ സ്വന്തം രീതിയിൽ ഒരു നിഴലെന്നപോലെ സ്വയമേവ വന്നുചേരുന്നു. അത് നിങ്ങളെ അനുഗമിക്കുന്നു, അപ്പോൾ അതൊരു ആശീർവാദമായി ഭവിക്കുകയും ചെയ്യുന്നു.

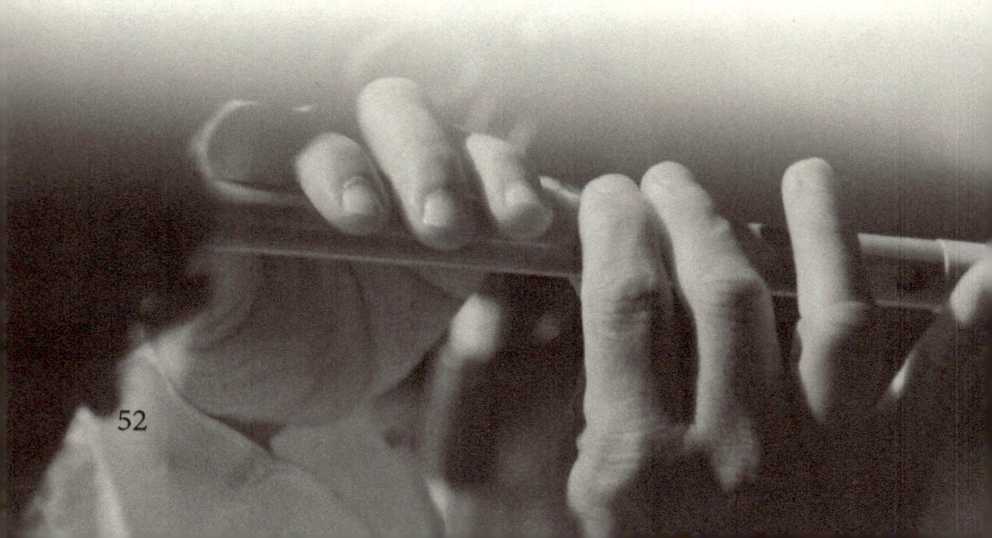

പ്രദോഷമനനം

മനുഷ്യന് അറിവുണ്ടാകാം. എന്നാൽ വിവേകമുണ്ടാകണമെന്നില്ല. വിജ്ഞാനം വളരെ എളുപ്പമാണ്, അതിന് ഒരല്പം മാനസിക ശ്രമം, ഒരല്പം പരിശ്രമം മാത്രമേ ആവശ്യമുള്ളു. നിങ്ങൾക്ക് നിങ്ങളുടെ മെമ്മറി സിസ്റ്റത്തെ പോഷിപ്പിച്ചു കൊണ്ടേയിരിക്കാം. അതൊരു കമ്പ്യൂട്ടറാണ്. മുഴുവൻ ലൈബ്രറികൾ തന്നെയും നിങ്ങൾക്ക് സംഭരിക്കുവാൻ കഴിയും. എന്നാൽ നിങ്ങൾക്ക് സംഭരിക്കാനാകുന്ന എന്തെങ്കിലും ഒന്നല്ല വിവേകം. കാരണം അത് മനസ്സിലൂടെ സംഭവിക്കുന്നതേയല്ല. അത് ഹൃദയത്തിലൂടെയാണ് സംഭവിക്കുന്നത്; അത് പ്രേമത്തിലൂടെയാണ്, യുക്തിയിലൂടെയല്ല സംഭവിക്കുന്നത്.

ഹൃദയം പ്രേമത്താൽ, വിശ്വസ്തതയാൽ തുറക്കപ്പെടുമ്പോൾ, ഹൃദയം സമ്പൂർണ്ണതയ്ക്ക് സമർപ്പിതമാകുമ്പോൾ, അപ്പോൾ നൂതനമായ ഒരു ഉൾക്കാഴ്ച നിങ്ങളിൽ ഉയർന്നുവരുന്നു: ഒരു വ്യക്തത, ജീവിതമെന്നാൽ എന്താണ്, നിങ്ങളാരാണ്, ഈ പ്രപഞ്ചമാകെ നിലനിൽക്കുന്നതു തന്നെ എന്തിനാണ്, എന്നതിനെക്കുറിച്ചുള്ള അതിഗാഢവും അഗാധവുമായൊരു ധാരണ നിങ്ങളിലുയർന്നു വരുന്നു. എല്ലാ രഹസ്യങ്ങളും വെളിപ്പെടുന്നു. പക്ഷെ അത് പ്രേമത്തിലൂടെയാണ്, യുക്തിയിലൂടെയല്ല; ഹൃദയത്തിലൂടെയാണ്, തലയിലൂടെയല്ല. ദൈവത്തിന് ഹൃദയവുമായി നേരിട്ടൊരു ബന്ധമുണ്ട്, തലയുമായി യാതൊരു ബന്ധവുമില്ല. അതിനാൽ ദൈവത്തെ സമീപിക്കണമെന്നുണ്ടെങ്കിൽ ആ പാത ഹൃദയത്തിലൂടെയാണ് പോകുന്നത്.

ഒരിക്കൽ ഹൃദയത്തിലൂടെ വിവേകത്തെ നിങ്ങളറിഞ്ഞു കഴിഞ്ഞാൽ പിന്നീട് നിങ്ങളുടെ മനസ്സിനെയും ഒരു ഭൃത്യനെയെന്നോണം നിങ്ങൾക്ക് ഉപയോ

ഗിക്കുവാൻ കഴിയും; അപ്പോൾ മനസ്സിനാൽ സംഭരിക്കപ്പെട്ട അറിവിനെപ്പോലും വിവേകത്തിനുവേണ്ടി പ്രയോജനപ്പെടുത്താൻ നിങ്ങൾക്കു കഴിയും- പക്ഷെ അതൊരിക്കലും നിങ്ങൾ ഹൃദയത്തിലൂടെ അറിയുന്നതിനുമുമ്പല്ല.

നിങ്ങളുടെ ഊർജ്ജത്തെ ഹൃദയത്തിലേക്ക് മാറ്റുക, കൂടുതൽ പ്രേമപൂർണനാവുക. അപ്പോൾ വലിയൊരു വിസ്മയം നിങ്ങളെ കാത്തിരിക്കുന്നു. നിങ്ങളുടെ പ്രേമം വളരുന്നതോടൊപ്പം, പ്രേമപുഷ്പത്തിന്റെ ഇതളുകൾ വിടരുന്നതോടൊപ്പം നിങ്ങളുടെ ഹൃദയം ഒരു താമരപ്പൂവായിത്തീരുന്നു; അതിമനോഹരമായ ചിലത് നിങ്ങളിലേക്ക് ഇറങ്ങി വരാൻ തുടങ്ങുന്നു. അതാണ് വിവേകം. വിവേകം സ്വാതന്ത്ര്യം കൊണ്ടുവരികയും ചെയ്യുന്നു. വിജ്ഞാനം വിവരശേഖരം നൽകുന്നു, വിവേകം പരിവർത്തനം കൊണ്ടുവരുന്നു.

പ്രഭാതമനനം

പരമാനന്ദത്തിൽ നിന്നുമാണ് പനിനീർപ്പൂക്കൾ, ഹൃദയത്തിന്റെ പനിനീർപ്പുഷ്പങ്ങൾ വളരുന്നത്. ആ പനിനീർപ്പുഷ്പങ്ങളിൽ നിന്നാണ് പ്രേമത്തിന്റെ പരിമളം പുറത്തു വരുന്നതും. നിങ്ങൾക്കില്ലാത്തത് നിങ്ങൾക്ക് കൊടുക്കുവാനാവില്ല. നിങ്ങൾക്കിപ്പോൾ തന്നെ ഉള്ളതു മാത്രമേ നിങ്ങൾക്ക് ദാനം ചെയ്യാൻ കഴിയുകയുള്ളു. നിങ്ങളുടെ ആന്തരിക റോസാപ്പൂ വിടർന്നിട്ടില്ലെങ്കിൽ നിങ്ങളുടെ പ്രേമമെല്ലാം വെറും വാക്കുകൾ മാത്രമാണ്. ആ ആന്തരികറോസാപ്പൂ വിടർന്നു കഴിഞ്ഞുവെങ്കിൽ എന്തെങ്കിലും പറയേണ്ട ആവശ്യമേയില്ല. വാക്കുകളുടെ ആവശ്യമേയില്ല. ആ പരിമളം തന്നെ മതിയാകും, ആ സന്ദേശം വിനിമയം ചെയ്യുവാൻ. നിങ്ങൾ എവിടെയായിരുന്നാലും, ആരോടൊപ്പമായിരുന്നാലും പ്രേമം പ്രസരിതമായി കൊണ്ടേയിരിക്കും. അത് മിടിച്ചുകൊണ്ടേയിരിക്കുന്നു, അത് നിങ്ങൾക്ക് ചുറ്റുമുള്ള ഒരു നിരന്തര നൃത്തമായിത്തീരുന്നു. പക്ഷെ ആദ്യമായി ഹൃദയത്തിലെ റോസാപ്പൂ വിടരേണ്ടതുണ്ട്. അതിന് വിടരണമെങ്കിൽ അടിസ്ഥാനാവശ്യമായ ആനന്ദാത്മകത നിങ്ങൾ ലഭ്യമാക്കേണ്ടതുണ്ട്.

ആളുകൾ നൈരാശ്യത്തിൽ നിന്നുകൊണ്ടാണ് പ്രേമിക്കുന്നത്. അത് ഏറ്റവും അസാധ്യമായ കാര്യമാണ്. അസ്തിത്വത്തിന്റെ പ്രകൃതത്താൽ തന്നെ അത് സാധ്യമല്ല, അങ്ങനെ സംഭവിക്കാനാവില്ല. ആളുകൾ വ്യസനംമൂലം പ്രേമിക്കുന്നു. അവർ ഏകാകിയായതിനാൽ അപരനെ അന്വേഷിക്കുന്നു, എന്നാൽ ആനന്ദവാനായിരിക്കുമ്പോൾ മാത്രമേ പ്രേമം സാധ്യമാവുകയുള്ളു. നിങ്ങൾ ഏകാകിയാകാതെ ഏകാന്തനായിരിക്കുമ്പോൾ മാത്രമാണ് പ്രേമം സാധ്യമാകു

ന്നത്. നിങ്ങൾ നിങ്ങളാൽ തന്നെ മുഷിപ്പിക്കപ്പെടാതെ, സ്വയം ആകൃഷ്ടനായി ആനന്ദഹർഷനായിരിക്കുമ്പോൾ.

ധ്യാനം നിങ്ങളെ ആനന്ദവാനാകുവാൻ സഹായിക്കുന്നു... അതൊരു ശൃംഖലയാണ്: ധ്യാനം നിങ്ങളെ ആനന്ദവാനാക്കുന്നു, ആനന്ദം ഹൃദയ പുഷ്പം വിടരുവാൻ സഹായിക്കുന്നു; അപ്പോൾ പ്രേമം അതിന്റെ സ്വന്തം വഴിയെ വരുന്നു, പരിമളം പുഷ്പത്തിലേക്ക് വന്നെത്തുന്നതുപോലെ.

പ്രദോഷമനനം

മാനവരാശി ഇന്നേവരെ അറിഞ്ഞിട്ടുള്ളതിനേക്കാൾ കൂടുതൽ ഇപ്പോഴതിനറിയാം: വിജ്ഞാനം കുമിഞ്ഞ് കൂടിക്കൊണ്ടേയിരിക്കുന്നു. വാസ്തവത്തിൽ യേശുവിനറിയാമായിരുന്നതിനേക്കാൾ കൂടുതൽ നിങ്ങൾക്കിപ്പോൾ അറിയാം. നിങ്ങൾ യേശുവിനെ കണ്ടുമുട്ടുകയാണെങ്കിൽ നിങ്ങൾക്ക് അദ്ദേഹത്തെ പലതും പഠിപ്പിക്കുവാൻ കഴിയും. ഒരായിരം കാര്യങ്ങൾ അദ്ദേഹത്തിന് അറിയാത്തതായി ഉണ്ടാകും. അദ്ദേഹത്തിന് മെട്രിക്കുലേഷൻ പരീക്ഷ പാസാകാൻ കഴിയുമെന്ന് ഞാൻ കരുതുന്നില്ല- അസാധ്യം. പക്ഷെ അതിന് അദ്ദേഹം ഒരു അറിയുന്നവനല്ല എന്നർത്ഥമില്ല. അദ്ദേഹം അറിയുന്നു, എന്നാൽ അത് തികച്ചും വ്യത്യസ്തമായ ഒരു രീതിയിലാണ്. അദ്ദേഹത്തിന്റെ അനുഭവം അദ്ദേഹത്തിന്റെ സത്തയെ പരിവർത്തിപ്പിച്ചിട്ടുണ്ട്. അദ്ദേഹത്തിന് നിങ്ങളുടെ അത്ര വിവരശേഖരമില്ല. പക്ഷെ അദ്ദേഹം പരിവർത്തിതനാണ്. അതാണ് വാസ്തവമായ കാര്യവും.

വിവരശേഖരമെന്നാൽ യാതൊന്നുമല്ല. നിങ്ങൾക്ക് ശേഖരിക്കാൻ കഴിയുന്നതിനേക്കാൾ കൂടതൽ വിവരങ്ങൾ ഒരു കമ്പ്യൂട്ടറിന് ശേഖരിക്കുവാൻ കഴിയും. പക്ഷെ ആ കമ്പ്യൂട്ടറിന് ഒരിക്കലും ഒരു ക്രിസ്തുവോ ഒരു ബുദ്ധനോ ആയിത്തീരാനാവില്ല. അല്ലെങ്കിൽ ഒരു കമ്പ്യൂട്ടർ എന്നെങ്കിലും ഒരിക്കൽ ബോധപ്രാപ്തനായിത്തീരുമെന്ന് നിങ്ങൾ കരുതുന്നുണ്ടോ? അതസാധ്യമാണ്.

സാധ്യമായതെല്ലാം ഒരു കമ്പ്യൂട്ടറിന് അറിയുവാൻ കഴിയും. പക്ഷെ അത് ഒരു കമ്പ്യൂട്ടർ തന്നെയായി നിലനില്ക്കും. അതിലേക്ക് ഫീഡ് ചെയ്യപ്പെട്ടിട്ടുള്ള

തെന്താണോ അത് മാത്രമേ അത് ആവർത്തിക്കുക യുള്ളു. അതിന് ആനന്ദവാനായിരിക്കുവാനും സാധ്യ മല്ല- ഒരു യന്ത്രത്തിന് എന്താനന്ദമാണുണ്ടാവുക? അതിന് പ്രേമപൂർണ്ണനാകുവാനും സാധ്യമല്ല- ഒരു യന്ത്രം എങ്ങനെ പ്രേമപൂർണ്ണനാകും? അതിന് പറയാനായേക്കും, ''ഞാൻ നിന്നെ പ്രേമിക്കുന്നു, ഞാൻ നിന്നെ അത്യധികം പ്രേമിക്കുന്നു, നിനക്കു വേണ്ടി മരിക്കാൻപോലും ഞാൻ തയ്യാറാണ്.'' സുന്ദര മായ പല കാര്യങ്ങളും അത് പറഞ്ഞേക്കാം. എന്നാൽ അവയെല്ലാം വെറും വാക്കുകൾ മാത്രമായിരിക്കും.

ഈ കാര്യങ്ങളെല്ലാം ഒരു യന്ത്രത്തെ പഠിപ്പിക്കു വാൻ കഴിയും. ആ യന്ത്രത്തിന് ഈ കാര്യങ്ങളെല്ലാം വളരെ കാര്യക്ഷമമായി ചെയ്യുവാനും കഴിയും. ആയി രക്കണക്കിനാളുകൾ അതുതന്നെയാണ് കൃത്യമാ യും ചെയ്തുകൊണ്ടിരിക്കുന്നത്: യന്ത്രങ്ങളെപ്പോലെ, കമ്പ്യൂട്ടറുകളെപ്പോലെ പ്രവർത്തിച്ചുകൊണ്ടിരിക്കു ന്നു. അവർ ക്ലീഷേകൾ ആവർത്തിച്ചുകൊണ്ടിരിക്കു ന്നു- ക്രൈസ്തവ, ഹൈന്ദവ, മുഹമ്മദീയ ക്ലീഷേ കൾ- മനോഹരമായ വാക്കുകൾ, പക്ഷെ എല്ലാം മൃതമായവ.

നിങ്ങൾ സ്വയം കാണുവാൻ തുടങ്ങുന്ന നിമിഷം നിങ്ങളുടെ ജീവിതം ഒരു നൂതന മാനത്തിലേക്ക് ഒരു വമ്പൻ എടുത്തുചാട്ടം നടത്തുന്നു: നിത്യതയുടെ മാനത്തിലേക്ക്, ദൈവികതയുടെ മാനത്തിലേക്ക്, പരമാനന്ദത്തിന്റെയും സത്യത്തിന്റെയും സ്വാതന്ത്ര്യ ത്തിന്റെയും മാനത്തിലേക്ക്.

പ്രഭാതമനനം

പരിണാമം എന്നു വിളിക്കാവുന്ന ഒരേയൊരു പരിണാമം പരമാനന്ദത്തിന്റെ പരിണാമമാകുന്നു. പരമാനന്ദം വളരുന്നില്ലെങ്കിൽ നിങ്ങൾ പരിണമിക്കുന്നില്ല. പരമാനന്ദം വളരുന്നില്ലെങ്കിൽ ആ സമൂഹം വളരുന്നില്ല. വാസ്തവത്തിൽ സാധാരണയായി ആളുകൾ പരിണാമം, പുരോഗതി എന്നതുകൊണ്ട് മനസ്സിലാക്കിയിരിക്കുന്നത് വെറും അസംബന്ധമാണ്. കൂടുതൽ കൂടുതൽ സങ്കീർണ്ണമായ സാങ്കേതികവിദ്യ എന്നുവെച്ചാൽ പരിണാമമാകുന്നില്ല. അത് അത്രയേറെ ഉപരിതലസ്പർശിയാണ്. നിങ്ങൾക്ക് ഇനിയും കൂടുതൽ കുന്ത്രാണ്ടങ്ങൾ ഉണ്ടാക്കാം. പക്ഷെ നിങ്ങൾ അതേ വ്യക്തി തന്നെയായിരിക്കും. നിങ്ങൾക്ക് ചന്ദ്രനിലെത്താൻ കഴിയും. അല്ലെങ്കിൽ ഒരുദിനം നക്ഷത്രങ്ങളിൽ പോലും എത്താൻ കഴിഞ്ഞേക്കാം. എന്നാൽ നിങ്ങൾ ഭൂമിയിലെന്താണോ ചെയ്തുകൊണ്ടിരിക്കുന്നത് അതുതന്നെ ചന്ദ്രനിലും നിങ്ങൾ ചെയ്തുകൊണ്ടിരിക്കും. ഇവിടെ നിങ്ങൾ സിഗരറ്റ് വലിച്ചുകൊണ്ടിരിക്കുന്നുവെങ്കിൽ അവിടെയും അതുതന്നെ വലിച്ചുകൊണ്ടിരിക്കും. ഇവിടെ നിങ്ങൾ ചീട്ടുകളിച്ചുകൊണ്ടിരിക്കുന്നുവെങ്കിൽ അവിടെയും നിങ്ങൾ ചീട്ടുകളിച്ചുകൊണ്ടിരിക്കും. ഇവിടെ നിങ്ങൾ ബിയർ കഴിക്കാറുണ്ടെങ്കിൽ ചന്ദ്രനിലേക്കും നിങ്ങൾ ബിയർ കൊണ്ടുപോകും. അല്ലാതെ നിങ്ങൾ അവിടെ എന്തുചെയ്യാൻ?

മനുഷ്യൻ അതേപടി നിലനിൽക്കുകയാണെങ്കിൽ അവിടെ പരിണാമമില്ല. അപ്പോൾ നാം കപടമായ രീതിയിലുള്ള ഒരു പരിണാമത്തിന്മേൽ ജീവിച്ചുകൊണ്ടേയിരിക്കും, മനുഷ്യൻ പരിണമിച്ചുകൊണ്ടിരിക്കുകയാണ് എന്ന കാപട്യപൂർണമായ ഒരു പുറംകാഴ്ച നൽകുന്ന പരിണാമത്തിന്റെ ഒരു പകർപ്പ്. എന്നാൽ

നൂറ്റാണ്ടുകളായിട്ട് മനുഷ്യൻ പരിണമിച്ചിട്ടേയില്ല. അവിടെ, ഇവിടെ അല്പം ചില വ്യക്തികൾ മാത്രം പരിണമിച്ചിട്ടുണ്ട്. യഥാർത്ഥ പരിണാമം പരമാനന്ദാവസ്ഥയിലൂടെ മാത്രമേ നിർണ്ണയിക്കപ്പെടുകയുള്ളു. പരമാനന്ദാവസ്ഥ അവബോധത്തോടൊപ്പമാണ് വളരുന്നത്, അവ ഒരുമിച്ച് ഒരേസമയം തന്നെ വളരുന്നു; അവ ഒരേ നാണയത്തിന്റെ രണ്ട് വശങ്ങളാകുന്നു. ഒന്നുകിൽ അവബോധം വളർത്തുക. അങ്ങനെ നിങ്ങൾ കൂടുതൽ ആനന്ദവാനായിത്തീരും. അല്ലെങ്കിൽ കൂടുതൽ ആനന്ദവാനായി വളരുക. അങ്ങനെ നിങ്ങൾ കൂടുതൽ ബോധവാനായിത്തീരുന്നു. ഏതെങ്കിലും ഒന്നിൽ നിന്ന് തുടങ്ങുക- അവബോധത്തിൽ നിന്ന് അല്ലെങ്കിൽ ആനന്ദത്തിൽ നിന്ന്- അപ്പോൾ നിങ്ങൾ വളർന്നുകൊണ്ടിരിക്കും. മനുഷ്യന് അനന്തമായ സിദ്ധിവിശേഷങ്ങളുണ്ട്. മനുഷ്യന് ആനന്ദത്തിന്റെ ആത്യന്തിക ശൃംഗങ്ങളിൽ എത്തിച്ചേരുവാൻ സാധിക്കും.

പ്രദോഷമനനം

അറിവ് മൃതമായ ഒരു കാര്യമാണ്. അറിയൽ ജീവനുള്ളതും ഒഴുകുന്നതുമാകുന്നു. വാസ്തവത്തിൽ ഭാവിയിൽ എന്നെങ്കിലും നമുക്ക് തികച്ചും പുത്തനായ ഒരു ഭാഷ രൂപപ്പെടുത്തിയെടുക്കേണ്ടി വരും. കാരണം നമ്മുടെ പഴയ ഭാഷകളെല്ലാം തന്നെ കാലഹരണപ്പെട്ടിരിക്കുന്നു. അവയെ പരിമിതപ്പെടുത്തിയത് വിഭിന്നജനവിഭാഗങ്ങളായിരുന്നു. വിഭിന്നമായ ഉദ്ദേശങ്ങൾക്കുവേണ്ടി, വിഭിന്ന സാഹചര്യങ്ങളിൽ ആയിരുന്നു അവ പരിമിതമായത്. ഇപ്പോഴാകട്ടെ കാര്യങ്ങളാകെ അപ്രത്യക്ഷമായിരിക്കുന്നു. അതിന്റെ ശേഷിപ്പുകളായി ഭാഷ മാത്രമുണ്ട്. ഇപ്പോൾ നമുക്കറിയാം, മതാത്മകമായും ശാസ്ത്രപരമായും നമുക്കറിയാം, അസ്തിത്വത്തിൽ ശാശ്വതമായി ഒന്നുമില്ല. എല്ലാം എപ്പോഴും ചലനത്തിലാണ്.

അതുകൊണ്ട് അറിവ് എന്ന് പറയുന്നിടത്ത് ഞാൻ 'അറിയൽ' എന്നു പറയുന്നു, പ്രേമം എന്ന് പറയുന്നതിന് പകരം 'പ്രേമിക്കൽ' എന്നു പറയുന്നതാണ് എനിക്കിഷ്ടം. എന്നാൽ നാമരൂപങ്ങൾ ഉപയോഗിക്കുന്നത് നമുക്ക് അത്രമാത്രം ശീലമായി കഴിഞ്ഞിരിക്കുന്നതിനാൽ നാമൊരു നദിയെപ്പോലും നദി എന്നു വിളിക്കുന്നു. അത് കേവലം 'നദിക്കൽ' ആണ്. അടുത്തടുത്ത രണ്ട് നിമിഷങ്ങളിൽ പോലും ഒരിക്കലും അത് തത്തുല്യമാകുന്നില്ല. വൃക്ഷങ്ങളെ നാം വൃക്ഷങ്ങൾ എന്നു വിളിക്കുന്നു; അവയെല്ലാം വൃക്ഷിച്ചുകൊണ്ടിരിക്കുകയാണ്. ഓരോ നിമിഷവും വളർന്നുകൊണ്ടിരിക്കുന്നു; ചില പഴയ ഇലകൾ കൊഴിഞ്ഞുപോകുന്നു. പുതിയ ചില ഇലകൾ വന്നുകൊണ്ടിരിക്കുന്നു. മാറ്റമൊഴികെ അസ്തിത്വത്തിൽ യാതൊന്നും ശാശ്വതമല്ല. ജീവിതത്തിലേക്കു നോക്കി തുടങ്ങുക, നോക്കുക മാത്രമല്ല ജീവിച്ചു തുടങ്ങുകയും ചെയ്യുക, അപ്പോൾ അറിയൽ തുടർന്നുകൊ

ണ്ടേയിരിക്കും. അത് ഒരിക്കലും അവസാനിക്കാത്ത ഒരു തീർത്ഥയാത്രയാണ്. ആ വിസ്മയം എന്നും നിലനിൽക്കുന്നു എന്നതാണ് അതിന്റെ സൗന്ദര്യം. ആ നിഗൂഢത എന്നും നിലനിൽക്കുന്നു. നമ്മൾ അറിഞ്ഞുകൊണ്ടേയിരിക്കുന്നു, എന്നിട്ടും എത്രയോ അറിയാനിരിക്കുന്നു. അസ്തിത്വം തീർത്താൽ തീരാത്തതാണ്. ഒരുവന് എപ്പോഴും ഒരു കൊച്ചു കുഞ്ഞിനെപ്പോലെ നിലകൊള്ളുവാൻ സാധിക്കും: വിസ്മയത്തോടെ, ആദരവോടെ.

ദൈവം ഒരു നിഗൂഢതയാണ്. വിസ്മയത്തോടെ നൃത്തം ചെയ്യുന്ന ഹൃദയത്തോടുകൂടിയവർക്ക്, ആദരവിനാൽ തലകുനിക്കുന്ന സത്തയോടു കൂടിയവർക്ക് മാത്രമേ അത് ലഭ്യമായിരിക്കുന്നുള്ളു.

12

പ്രഭാതമനനം

ജീവിതത്തിനുനേരെയുള്ള ആദ്ധ്യാത്മിക സമീപനം പരമമായ ആനന്ദത്തിനു വേണ്ടിയുള്ള അന്വേഷണമാകുന്നു. അതിന് ദൈവം എന്ന നിലയ്ക്ക് നേരിട്ട് യാതൊരു താല്പര്യവുമില്ല. നിശ്ചയമായും ആദ്ധ്യാത്മിക സാധകന്റെ അനുഭവത്തിലേക്ക് ദൈവം വരുന്നുണ്ട്, എന്നാൽ അയാളുടെ അന്വേഷണം പരമാനന്ദത്തിനുവേണ്ടിയുള്ളതാണ്. അയാൾ പരമാനന്ദം കണ്ടെത്തുമ്പോൾ ദൈവത്തെയും കണ്ടെത്തുന്നു, നാണയത്തിന്റെ മറുവശം എന്നപോലെ. അതിനാൽ മിസ്റ്റിസിസത്തിന് നാസ്തികതയുടേതോ ആസ്തികതയുടേതോ യാതൊരു ആശയ സംഹിതയുമില്ല. അതിന് യാതൊരു വിശ്വാസങ്ങളുമില്ല. അത് കേവലം സത്യത്തിനകത്തേക്കുള്ള ഒരന്വേഷണമാകുന്നു, അസ്തിത്വത്തിന്റെ തനതായ സത്യത്തിലേക്കുള്ള ഒരന്വേഷണം. ആർക്കും ഒരു മിസ്റ്റിക്കാകാം- ഒരു വിശ്വാസത്തിന്റെയും ആവശ്യമില്ല.

സാധാരണ മതം വിശ്വസിക്കുന്നു, മിസ്റ്റിക് അനുഭവിച്ചറിയുന്നു. പരമാനന്ദത്തെ സംബന്ധിച്ചാണെങ്കിൽ ശണ്ഠകളൊന്നുമുണ്ടാകാൻ സാധ്യമല്ല, വാദപ്രതിവാദത്തിനും സാധ്യതയില്ല. എല്ലാവരും അത് തേടുന്നുണ്ട്, ആസ്തികനും നാസ്തികനും; ക്രിസ്ത്യാനിയും ഹിന്ദുവും മുഹമ്മദീയനും; കത്തോലിക്കനും കമ്മ്യൂണിസ്റ്റും - എല്ലാവരും അത് തേടുന്നുണ്ട്. മനുഷ്യൻ മാത്രമല്ല, പക്ഷിമൃഗാദികളും വൃക്ഷങ്ങളും - ഉള്ളതായിട്ടുള്ളതെല്ലാം - പരമാനന്ദത്തിലേക്കാണ് നീങ്ങുന്നത്, അറിഞ്ഞും അറിയാതെയും. മിസ്റ്റിക് അറിഞ്ഞുകൊണ്ട് നീങ്ങുന്നു - അവിടെയാണ് ആ വ്യത്യാസം കയറി വരുന്നത്. ശരിക്കും ഒരു വിഭിന്നതയുണ്ടാക്കുന്ന വ്യത്യാസം. കാരണം നിങ്ങൾ അറി

യാതെയാണ് നീങ്ങുന്നതെങ്കിൽ അത് നേടുക ഏതാണ്ട് അസാധ്യമായിരിക്കും. അഗാധമായ, അത്യഗാധമായ അവബോധത്തിലൂടെ മാത്രമാണ് ഒരുവൻ പരമാനന്ദത്തിന്റെ ഉച്ചകോടിയെ സാക്ഷാത്കരിക്കുന്നത്.

പ്രദോഷമനനം

യഥാർത്ഥമായ അറിവ് അതായത് വിവേകം സംഭവിക്കുന്നത് അവബോധത്തിലൂടെയാണ്- ഈ വിവരശേഖരങ്ങൾ സംഭരിച്ചുകൊണ്ടല്ല, മറിച്ച് ഒരു പരിവർത്തനത്തിലൂടെ കടന്നു പോയിക്കൊണ്ട്. അവബോധം ഒരു രൂഢമൂലമായ പരിവർത്തനമാകുന്നു. നിങ്ങൾ നൂതനമായൊരു ജന്മമെടുക്കുന്നു. സാധാരണയായി ഒരാൾ നിലനിൽക്കുന്നത് നിദ്രാവസ്ഥയിലാണ്. ഏറ്റവും ചുരുങ്ങിയതോതിൽ മാത്രമാണ് ഒരുവൻ അവബോധവാനായിരിക്കുന്നത്. കേവലം ഒരു ശതമാനം അല്ലെങ്കിൽ അതിലും കുറവ്. നിങ്ങളുടെ നിത്യസാധാരണമായ ജോലികൾക്ക് അത് മതിയാകും. നിങ്ങളുടെ ആഹാരസമ്പാദനത്തിന്, ഒരു പാർപ്പിടമുണ്ടാക്കുവാനും ഒരു കുടുംബത്തെയും കുഞ്ഞുങ്ങളെയും നോക്കുവാനും അത് മതിയാകും. അതിനുമാത്രം അത് മതി. എന്നാൽ അതിൽകൂടുതൽ ഒന്നും അതുകൊണ്ട് സാധ്യമല്ല. നിങ്ങളിൽ തൊണ്ണൂറ്റി ഒമ്പത് ശതമാനവും വെറും അന്ധകാരമാണ്. ആ അന്ധകാരത്തെ അത്രയും മാറ്റിത്തീർക്കുവാൻ കഴിയും, ഒരുവന് നിറയെ പ്രകാശമാകുവാൻ കഴിയും. അപ്പോഴാകട്ടെ ജീവിക്കലിന്റെ തീവ്രത, ജീവിക്കലിന്റെ അപാരമായ ആനന്ദഹർഷം അവനറിയുന്നു. ഈ നിമിഷംമുതൽ അവബോധത്തെ ഒരു ജീവന്മരണ പ്രശ്നമായി കണക്കിലെടുക്കുക. വാസ്തവത്തിൽ അതൊരു ജീവന്മരണ പ്രശ്നം തന്നെയാണ്. അവബോധത്തോടു കൂടിയല്ലാതെ നിങ്ങൾ ഓരോ ദിവസവും വെറുതെ മരിച്ചുകൊണ്ടിരിക്കുകയാണ്; അവബോധത്തോടുകൂടിയാകുമ്പോൾ നിങ്ങൾ ആദ്യമായി ജീവിക്കാൻ തുടങ്ങുന്നു. അതിനുശേഷം ജീവിതം കൂടുതൽ കൂടുതൽ വലുതായിക്കൊണ്ടേയിരിക്കുന്നു, വിശാലമായിക്കൊണ്ടേയിരിക്കുന്നു.

ഒരു ദിനം അത് അത്രമേൽ സമൃദ്ധമായിത്തീരുകയും നിങ്ങൾ സജീവനായിത്തീരുകയും, മാത്രമല്ല നിങ്ങളുടെ അടുത്തേക്ക് ആരു വന്നാലും അയാളും സജീവനായിത്തീരുകയും ചെയ്യുന്നു. നിങ്ങൾ മറ്റുള്ളവരിലേക്കും എന്തോ ചില ഇന്ദ്രജാലങ്ങൾ തൊടുത്തുവിടാൻ തുടങ്ങുന്നു. നിങ്ങൾ ജീവിതത്താൽ, പ്രേമത്താൽ, പ്രകാശത്താൽ കവിഞ്ഞൊഴുകുവാൻ തുടങ്ങുന്നു. അതാണ് ഒരു ബുദ്ധന്റെ, ഒരു ക്രിസ്തുവിന്റെ, വിവേകിയായ ഒരു പുരുഷന്റെ, വിവേകിയായ ഒരു സ്ത്രീയുടെ അവസ്ഥ.

പ്രഭാതമനനം

നാം നിരന്തരം ചിന്തിച്ചുകൊണ്ടിരിക്കുകയാണ്, ദിവസം ഇരുപത്തിനാല് മണിക്കൂറും, രാവും പകലും. ഇത് ഭ്രാന്തമായ ഒരു അവസ്ഥയാണ്. മനസ്സ് എല്ലാത്തരത്തിലുമുള്ള കാമനകളും സ്വപ്നങ്ങളും നെയ്ത് കൊണ്ടേയിരിക്കുന്നു. ഈ ചിന്തകളാലും കാമനകളാലും കാർമൂടിക്കൊണ്ടാണ് നാം നിലകൊള്ളുന്നത്. നിരന്തരമായ ഈ ചിന്തകളല്ലാതെ നമുക്കും സത്യത്തിനും ഇടയിൽ മറ്റൊരു പ്രതിബന്ധവുമില്ല. ഈ ചിന്തിക്കൽ നിലയ്ക്കണം. അതിന് നിലയ്ക്കാൻ ആവുകയും ചെയ്യും. കാരണം അത് ഒരു സ്വാഭാവികമായ അവസ്ഥയേയല്ല. അതൊരു രോഗാതുരമായ, അസ്വാഭാവികമായ അവസ്ഥയാണ്. ഈ രീതിയിലായിരിക്കുവാൻ നമ്മളെ അഭ്യസിപ്പിച്ചതാണ്. നമ്മുടെ കോളേജുകളും സ്ക്കൂളുകളും യൂണിവേഴ്സിറ്റികളും, അവയെല്ലാം എങ്ങനെ ചിന്തിക്കണമെന്നാണ് നമ്മെ പഠിപ്പിക്കുന്നത്. എങ്ങനെ മനസ്സിനെ പ്രവർത്തിപ്പിക്കണം എന്ന്; അതിനെ ഓൺ ചെയ്യുവാനാണ് എല്ലാവരും പഠിപ്പിക്കുന്നത്. എന്നാൽ അതിനെ ഓഫ് ചെയ്യുന്നത് എങ്ങനെയെന്ന് ആരും നമുക്ക് പറഞ്ഞു തരുന്നുമില്ല.

ഇവിടെ എന്റെ പ്രവർത്തനം അതിനെ ഓഫ് ചെയ്യുന്നതെങ്ങനെ എന്നു പഠിപ്പിക്കലാണ്. അതാവശ്യമുള്ളപ്പോൾ അത് നല്ലതുതന്നെ– അതിനെ ഉപയോഗിക്കുക. പക്ഷെ ആവശ്യമില്ലാത്തപ്പോൾ അതിനെ ഓഫ് ചെയ്യുക. ആഴമുള്ള നിശ്ശബ്ദതയിലേക്ക് പതിക്കുക. എന്തുകൊണ്ടെന്നാൽ ആ നിശ്ശബ്ദമായ ഇടങ്ങളിൽ മാത്രമാണ് ദൈവം നിങ്ങളെ സന്ദർശിക്കുന്നത്. ആ നിശ്ശബ്ദമായ ഇടങ്ങളിൽ മാത്രമാണ് നിങ്ങൾ അസ്തിത്വത്തിന്റെ അപാരമായ മഹിമയെ

ക്കുറിച്ച് ബോധവാന്മാരായിത്തീരുന്നത്. പിന്നെ ജീവിതം പൊടുന്നനെ അത്യധികം പ്രസക്തവും അർത്ഥപൂർണവുമായിത്തീരുന്നു. മുമ്പ് നിങ്ങൾക്ക് വിഭാവനം ചെയ്യുവാൻപോലും സാധിക്കുമായിരുന്നില്ലാത്തത്രയും അർത്ഥപൂർണം. ഒരു മനുഷ്യന് ദൈവത്തോട് നന്ദി പറഞ്ഞാൽ മതിയാകാത്തത്രയും ഓരോ നിമിഷവും അമൂല്യമായിത്തീരുന്നു.

പ്രദോഷമനനം

മനസ്സ് സത്യമറിയുന്നതിന് അപര്യാപ്തമാണ്. അതിന് സത്യത്തെക്കുറിച്ചുള്ള എല്ലാത്തരം വിവരങ്ങളും ശേഖരിക്കാനാകും. എന്നാൽ സത്യത്തെക്കുറിച്ചറിയുന്നത് സത്യത്തെ അറിയലല്ല. പ്രേമത്തെക്കുറിച്ച് അറിയുക എന്നത് പ്രണയത്തെ അറിയുകയല്ല; പ്രണയത്തെ അറിയുവാനായി ഒരുവൻ ഒരു പ്രണയിതാവായിത്തീരേണ്ട ആവശ്യമുണ്ട്. ഒരു വിവരവും ഒരു തരത്തിലും സഹായിക്കുകയില്ല. ഒരാൾ ആ അനുഭവത്തിലേക്കു തന്നെ കയറിച്ചെല്ലേണ്ടതുണ്ട്. സത്യത്തെക്കുറിച്ചും ഇതുതന്നെയാണ് വാസ്തവം. നിങ്ങൾക്ക് ലോകത്തിലുള്ള മഹാന്മാരായ തത്വചിന്തകരെ അറിയുവാൻ കഴിയും, മഹത്തായ വാക്കുകൾ, സിദ്ധാന്തങ്ങൾ, അനുമാനങ്ങൾ നിങ്ങൾക്ക് സംഭരിക്കാനാകും. നിങ്ങളുടേതായ ചില താല്ക്കാലിക നിഗമനങ്ങളിൽ എത്തിച്ചേരുവാനും നിങ്ങൾക്ക് സാധിക്കും. എന്നാൽ ഓർത്തുകൊള്ളുക, അത് താൽക്കാലികങ്ങളാണ്, കാരണം അവ നിങ്ങളുടെ അനുഭവത്തിൽ വേരുറച്ചതല്ല! അതുകൊണ്ട് നിങ്ങൾക്കെന്തെല്ലാം അറിയാമോ അതെല്ലാം നിങ്ങളുടെ അന്വേഷണത്തിന് വിഘാതമാകും.

അതാണ് അറിവിന്റെ കാര്യത്തിലുള്ള ഏറ്റവും വലിയ അപകടം. നിങ്ങൾക്ക് അറിയാം എന്നുള്ള ഒരു കപടമായ ധാരണ നിങ്ങൾക്ക് നൽകുവാൻ അതിനു കഴിയും. ഒരിക്കൽ ആ തെറ്റായ ആശയം, നിങ്ങൾക്കറിയാമെന്ന ആശയം, നിങ്ങളിലേക്ക് പ്രവേശിച്ചു കഴിഞ്ഞാൽ പിന്നെ ആ അന്വേഷണം നിലച്ചുപോകുന്നു. ഒരുവൻ തനിക്ക് അറിഞ്ഞുകൂടാ എന്ന് അറിയേണ്ടതുണ്ട്. അനുകൂലമായും പ്രതികൂലമായുമുള്ള, ആസ്തികവും നാസ്തികവുമായ, ക്രൈസ്തവവും

ഹൈന്ദവവും മുഹമ്മദീയവുമായ, മതപരവും തത്വ ചിന്താപരവുമായ എല്ലാ വിവരശേഖരങ്ങളെയും ഒരു വശത്തേക്ക് മാറ്റിവെയ്ക്കേണ്ടതുണ്ട്. എല്ലാത്തരത്തിലുംപെട്ട വിജ്ഞാനവും, വിജ്ഞാനം അങ്ങനെതന്നെ ഒരു വശത്തേയ്ക്ക് മാറ്റി വെയ്ക്കേണ്ടതുണ്ട്. അപ്പോൾ ആ അന്വേഷണം ആരംഭിക്കുന്നു. അപ്പോൾ അയാൾ ഒരു ശരിയായ സത്യാന്വേഷി ആയിത്തീരുന്നു.

കാരണം അപ്പോഴാണ് ഒരുവൻ തുറന്നതായിരിക്കുന്നത്. അറിഞ്ഞുകൂടായ്മയുടെ ആ അവസ്ഥയിൽ നിന്നുകൊണ്ട് ഒരു ദിനം സത്യത്തെ അനുഭവിച്ചറിയുക എന്ന, അതിനെ ജീവിച്ചറിയുക എന്ന അനുഭവത്തിലേക്ക് ഒരുവൻ എത്തുന്നുവെന്ന ആ മഹാ അനുഗ്രഹം സംഭവിക്കുന്നു; ഒരുവൻ അതായിത്തീരുന്നു. ബോധപ്രാപ്തി, നിർവ്വാണം എന്ന് വിളിക്കപ്പെടുന്ന അവസ്ഥ അതാകുന്നു. പാശ്ചാത്യനാട്ടിൽ അവരതിനെ 'ക്രിസ്തു-അവബോധം' എന്ന അവസ്ഥ എന്നാണ് വിളിച്ചിട്ടുള്ളത്. പൗരസ്ത്യദേശത്ത് നമ്മൾ അതിനെ ബുദ്ധാവബോധത്തിന്റെ അവസ്ഥ എന്നാണ് വിളിച്ചിട്ടുള്ളത്. രണ്ടും ഒന്നുതന്നെ.

പ്രഭാതമനനം

ശബ്ദായമാനനായ വ്യക്തിക്ക് ആനന്ദവാനാകുവാൻ സാധ്യമല്ല - ഒരുവന് നിശ്ശബ്ദതയുടെ സംഗീതം ആവശ്യമുണ്ട്. എന്നാൽ നമ്മുടെ മനസ്സുകൾ വളരെയേറെ ശബ്ദായമാനങ്ങളാണ്. ഏതാണ്ട് ഒരു മുഴുവൻ ചന്തപ്പറമ്പ് തന്നെ നമ്മുടെ തലയിൽ നാം കൊണ്ടു നടക്കുന്നുണ്ട്. എല്ലാത്തരത്തിലുമുള്ള അനാവശ്യമായ വസ്തുക്കൾ, ചപ്പുചവറുകൾ. നമ്മൾ ഒന്നല്ല. ഉള്ളിൽ ഒരു ജനക്കൂട്ടമാണ്, പല ആളുകൾ. അവർ സദാസമയവും ശണ്ഠ കൂടുകയാണ്, അന്യോന്യം പോരടിക്കുകയാണ്, ആധിപത്യത്തിനുവേണ്ടി. നമ്മുടെ മനസ്സിന്റെ ഓരോ തുണ്ടും ഏറ്റവും ശക്തമാകുവാൻ ഇച്ഛിക്കുന്നു. നിരന്തരമായ ആന്തരിക രാഷ്ട്രീയം അവിടെ നടക്കുന്നു.

ഈ നിരന്തരമായ യുദ്ധം നിലയ്ക്കുമ്പോൾ മാത്രമേ പരമാനന്ദം സാധ്യമാവുകയുള്ളു. അതിന് നിലയ്ക്കുവാനും സാധിക്കും. അതിനെ മറികടന്ന് കിട്ടുവാൻ വലിയ പ്രയാസമൊന്നുമില്ല. അവബോധം മാത്രമാണ് അതിനാവശ്യമായിട്ടുള്ളത്.

സാവധാനത്തിൽ, ഈ ശബ്ദബഹളത്തിന്റെ സൂക്ഷ്മമായ അടുക്കുകളെ നിരീക്ഷിക്കുക. അങ്ങനെ പതുക്കെപ്പതുക്കെ തലയ്ക്കുള്ളിൽ ഒരു ഭ്രാന്താലയം ഉള്ളതുപോലെ ഉള്ളിലെ അത്രയധികം കലമ്പലുകളെക്കുറിച്ച് നിങ്ങൾ ബോധവാനായിത്തീരും. നാം ജീവിക്കുന്നത് ഈ ദുഃസ്വപ്നത്തിലാണ്! നിരീക്ഷണത്തിലൂടെ ഒരു ദിവ്യാത്ഭുതം സംഭവിക്കുന്നു. നിങ്ങളെന്താണോ നിരീക്ഷിക്കുന്നത്, അത് ആവിയായി ഇല്ലാതാകുവാൻ തുടങ്ങുന്നു. അത് ഇല്ലാതായിത്തീരുന്ന നിമിഷം അഗാധമായൊരു നിശ്ശബ്ദതയോടൊപ്പം നിങ്ങൾ അവശേഷിക്കുന്നു. തുടക്കത്തിൽ ഇടവേളകൾ, ചിന്തകളില്ലാത്ത കൊച്ചുകൊച്ചു വിട

വുകൾ മാത്രമേ ഉണ്ടാവുകയുള്ളു. അപ്പോൾ ആ കൊച്ചുജാലകങ്ങളിലൂടെ യാഥാർത്ഥ്യത്തിനുള്ളിലേക്ക് നിങ്ങൾക്ക് നോക്കുവാൻ കഴിയും. എന്നാൽ പതുക്കെ പതുക്കെ ആ ഇടവേളകൾ വലുതായികൊണ്ടിരിക്കുന്നു. അവ ഇടയ്ക്കിടയ്ക്ക് വന്നുകൊണ്ടിരിക്കുന്നു. അതിനുശേഷം അത് കൂടുതൽ നേരത്തേക്ക് നിലനിൽക്കുവാൻ തുടങ്ങുകയും ചെയ്യുന്നു. പ്രാചീന ഋഷിവര്യന്മാർ കണക്കാക്കിയിട്ടുള്ളത്- ഞാനവരോട് പൂർണമായും യോജിക്കുകയും ചെയ്യുന്നു- ഒരു വ്യക്തിക്ക് നാൽപ്പത്തെട്ട് മിനുട്ടുകൾ സമ്പൂർണ്ണ നിശ്ശബ്ദനായി നിലകൊള്ളുവാൻ കഴിയുമെങ്കിൽ അയാൾ ബോധോദയം പ്രാപിക്കുന്നു, അയാൾ പരിപൂർണമായും പരമാനന്ദവാനായിത്തീരുന്നു. അതിനുശേഷം ഒരു തിരിച്ചുപോക്കുണ്ടാകുന്നില്ല. നിങ്ങൾ കാലത്തിനും നിരന്തരം നീങ്ങിക്കൊണ്ടിരിക്കുന്ന പൂഴിമണ്ണിനും അപ്പുറം എത്തിച്ചേർന്നിരിക്കുന്നു. നിങ്ങൾ നിത്യതയുടെ കൊടുംപാറയിൽ എത്തിച്ചേർന്നിരിക്കുന്നു.

പ്രദോഷമനനം

ഒരുവൻ ഒരു കൊച്ചുകുട്ടിയെപ്പോലെ നിഷ്കളങ്കനാകേണ്ടതുണ്ട്, അപ്പോൾ മാത്രം ആ കവാടങ്ങൾ തുറക്കപ്പെടുന്നു. ദൈവികതയുടെ കവാടങ്ങൾ വിജ്ഞാനികളായ ആളുകൾക്കു മുമ്പിൽ അടഞ്ഞു തന്നെ കിടപ്പുണ്ട്. പണ്ഡിതന്മാർ, പുരോഹിതന്മാർ, അവരുടെ മുമ്പിൽ ആ കവാടങ്ങൾ തികച്ചും അടഞ്ഞു കിടക്കുന്നു. അവർക്ക് നേരത്തെ അറിയാം, കൂടുതലൊന്നും അവർക്കാവശ്യമില്ലെന്ന്. കടംകൊണ്ട അറിവുകളെ കൊണ്ട് അവർ അവരുടെ അജ്ഞതയെ അടക്കിവെച്ചിരിക്കുന്നു. ദൈവത്തെ സംബന്ധിച്ച് ഏറ്റവും അവശ്യകാര്യമായ വിസ്മയം എന്ന ഗുണവിശേഷം അവർക്ക് നഷ്ടമായിരിക്കുന്നു.

കൊച്ചുകുഞ്ഞിന് അപാരമായ വിസ്മയമാണുള്ളത്. അവന്റെ ഹൃദയം നിരന്തരമായി ആ നിഗൂഢതയെ, ദിവ്യാത്ഭുതത്തെ അനുഭവിച്ചുകൊണ്ടിരിക്കുന്നു. അവന്റെ കണ്ണുകൾ നിറയെ ആദരവാണ് -കൊച്ചുകാര്യങ്ങളെക്കുറിച്ച്, കടൽത്തീരത്തെ ചരൽകല്ലുകൾ, കക്കകൾ... താൻ രത്നങ്ങൾ കണ്ടെത്തിയിരിക്കുന്നു എന്നപോലെ, അവനതെല്ലാം സംഭരിച്ചു കൊണ്ടിരിക്കുന്നു. ഒരു പൂമ്പാറ്റ, അല്ലെങ്കിൽ ഒരു പൂവ്- ഒരു സാധാരണപുഷ്പം, അത്തരം കൊച്ചുകാര്യങ്ങൾ മതി അവനെ അതീവ തല്പരനാക്കുവാൻ! അവൻ ആ മാന്ത്രികശക്തിയിൽ ഏതാണ്ട് മാസ്മരീകരിക്കപ്പെടുന്നു.

നിങ്ങളെ ദൈവത്തിലേക്ക്, പരമാനന്ദത്തിലേക്ക്, സത്യത്തിലേക്ക്, അസ്തിത്വത്തിന്റെ നിഗൂഢതയിലേക്ക് തുറന്നിരിക്കുന്നവനാകുവാൻ സഹായിക്കുന്ന ഗുണവിശേഷങ്ങളാണിതെല്ലാം. എന്റെ സന്ന്യാസിമാർ കേവലം കൊച്ചുകുട്ടികളെപ്പോലെയായിരിക്കണം.

പ്രഭാതമനനം

മനസ്സ് എപ്പോഴും ശരാശരിയിൽ താഴെയാണ്. മനസ്സൊരിക്കലും മികച്ചത്, മികവുറ്റത് അല്ല. അതിന്റെ പ്രകൃതത്താൽ തന്നെ അതിന് അങ്ങനെയാകുവാൻ സാധ്യമല്ല. മനസ്സ് ഒരു പൊടിപടലശേഖരണിയാണ്. മനസ്സെന്നാൽ ഭൂതകാലം എന്നർത്ഥം. അത് എപ്പോഴും മൃതമാണ്. ഓർമ്മകളുടെ സംഭരണം അല്ലാതെ മറ്റൊന്നുമല്ല അത്. പൊടിപടലത്തിന് എങ്ങനെ മഹത്തരമാകുവാൻ കഴിയും? ഭൂതത്തിന് എങ്ങനെ ധൈഷണികമാകുവാൻ കഴിയും? അത് മൃതമാണ്. ജീവിച്ചിരിക്കുന്നതിന് മാത്രമേ ധൈഷണികത എന്ന, ബ്രില്ല്യന്റ് എന്ന ഗുണവിശേഷം ഉണ്ടാകുവാൻ സാധിക്കുകയുള്ളു. ധ്യാനം ധൈഷണികമാണ്, ധിഷണാപൂർണമാണ്, മൗലികമാണ്. മനസ്സ് എപ്പോഴും ആവർത്തനപരവും പഴഞ്ചനുമാണ്. അതൊരു ചപ്പുകൂമ്പാരമാണ്. മനസ്സിലൂടെ യാതൊന്നും നേടിയെടുക്കപ്പെട്ടിട്ടില്ല. നേടിയെടുക്കപ്പെട്ടിട്ടുള്ളതെല്ലാം ധ്യാനത്തിലൂടെയാണ് നേടിയെടുക്കപ്പെട്ടത്, മതത്തിൽ മാത്രമല്ല ശാസ്ത്രത്തിലും. നിശ്ചയമായും ശാസ്ത്രത്തിൽ ധ്യാനം അബോധപൂർവ്വമാണ്; ധ്യാനാത്മകമായ നിമിഷങ്ങൾ ശാസ്ത്രത്തിൽ യാദൃച്ഛികമായുണ്ടാകുന്നത് മാത്രമാണ്. എങ്കിലും വ്യതിയാനപരമായ കുതിച്ചുചാട്ടങ്ങൾ സംഭവിച്ചിട്ടുള്ളത് അന്തഃകരണാത്മകമായ വിടവുകളിലൂടെയാണ്. അവ മനസ്സിലൂടെ വന്നു ചേർന്നവയല്ല. മനസ്സിനപ്പുറത്തു നിന്ന് വന്നുചേർന്നവയാണ്.

ഇത് മഹാശാസ്ത്രജ്ഞന്മാരെല്ലാം നടത്തിയിട്ടുള്ള ഒരു ഏറ്റുപറച്ചിലാണ്: അവരതിൽ അന്ധാളിച്ചിട്ടുണ്ട്. മൗലികമായ എന്തെല്ലാം സംഭാവനകൾ അവർക്ക് നൽകുവാൻ കഴിഞ്ഞിട്ടുണ്ടോ അവ

യൊന്നും വാസ്തവത്തിൽ അവരുടെ സ്വന്തമായിരുന്നില്ല. അത് വന്നുചേർന്നത് അവർക്കറിയാൻ വയ്യാത്ത ഏതോ ഉറവിടത്തിൽ നിന്നാണ്. അവർ കേവലം അതിന്റെ വാഹകന്മാർ മാത്രമായിരുന്നു, കൂടിയാൽ മാധ്യമങ്ങൾ. എന്നാൽ മതത്തിൽ ധ്യാനം വളരെ മന:പൂർവ്വകവും ബോധപൂർവ്വകവുമാണ്. മതം ധ്യാനം പരിശീലിപ്പിക്കുന്നു. ശാസ്ത്രത്തിൽ അത് ആകസ്മികമാണ്, മതത്തിൽ അത് മനപ്പൂർവ്വകവും.

പ്രദോഷമനനം

ഒരു വ്യക്തി എത്രകണ്ട് വിവേകിയായിത്തീരുന്നുവോ അത്രകണ്ട്, അത്ര കുറച്ച് മാത്രമേ താനറിയുന്നുള്ളു എന്നതിനെക്കുറിച്ച് ബോധവാനായിത്തീരുന്നു. ഒരു വ്യക്തി എത്ര മഠയനായിരിക്കുന്നുവോ അത്രകണ്ട് അയാൾ തന്റെ അറിവിനെക്കുറിച്ച് തീർച്ചയുള്ളവനായിരിക്കുന്നു. ആ ഉറപ്പിൽ നിന്ന് നിങ്ങൾക്ക് അയാളുടെ മഠയത്തരം വിലയിരുത്തുവാൻ കഴിയും. ഈ മഠയന്മാർ അതീവ മതഭ്രാന്തന്മാരായ ആളുകളാണ്. കാരണം അവർ ആത്യന്തികമായ നിഗമനങ്ങളിലെത്തിച്ചേർന്നു കഴിഞ്ഞിരിക്കുന്നു. അവർ സ്വയം എത്തിച്ചേർന്നു കഴിഞ്ഞിരിക്കുന്നുവെന്നു മാത്രമല്ല മറ്റുള്ളവർക്കുവേണ്ടി കൂടി എത്തിച്ചേർന്നിരിക്കുന്നു! അവരുടെ നിഗമനങ്ങളെ അവർ മറ്റെല്ലാവരിലും, ലോകത്തിന്റെ മുഴുവൻ മേലും അടിച്ചേൽപ്പിക്കുവാൻ ആഗ്രഹിക്കുന്നു. അവർ വിചാരിക്കുന്നത് അവർക്ക് ആളുകളോട് വലിയ കാരുണ്യമാണ് എന്നാണ്.

സോക്രട്ടീസ് അദ്ദേഹത്തിന്റെ അന്ത്യനാളുകളിൽ പറഞ്ഞു, "എനിക്ക് ഒരു കാര്യം മാത്രമേ അറിയാവൂ, എനിക്ക് ഒന്നും അറിഞ്ഞുകൂടാ എന്ന്." അന്നായിരുന്നു അദ്ദേഹം പാശ്ചാത്യനാടുകളിൽ അറിഞ്ഞിട്ടുള്ളതിൽ വെച്ച് ഏറ്റവും വിവേകിയായ മനുഷ്യനായിത്തീർന്നത്. അന്ന് അദ്ദേഹവും ബുദ്ധന്മാരുടെ കൂട്ടത്തിൽ ഒരാളായിത്തീർന്നു. അന്ന് അദ്ദേഹം ഒരു തത്വചിന്തകനല്ലാതായി, ആ സുദിനത്തിൽ അദ്ദേഹം ജാഗരണം പ്രാപിച്ചവൻ, ബോധോദയം സിദ്ധിച്ചവനായിത്തീർന്നു. തല നിറയെ നിഗമനങ്ങളാണ്, ഹൃദയം എപ്പോഴും നിഷ്കളങ്കവും അറിയുവാൻ സന്നദ്ധവുമാണ്. ഹൃദയം എപ്പോഴും ഒരു കൊച്ചുകുട്ടിയാണ്. തല എപ്പോഴും ഒരു വൃദ്ധനുമാണ്. തല ഒരിക്കലും യുവാവല്ല, ഓർത്തുകൊള്ളുക, ഹൃദയം ഒരിക്കലും ബുദ്ധനുമല്ല.

പ്രഭാതമനനം

ഇവിടെ എന്റെ ശ്രമം ശാസ്ത്രീയമായ സമീപനത്തിന്റെയും മതാത്മക മൂല്യങ്ങളുടെയും ഒരു സംശ്ലേഷണം കൊണ്ടുവരിക എന്നുള്ളതാണ്. ഉപരിതലത്തിൽ അവ വളരെയധികം വൈരുദ്ധ്യാത്മകമായിത്തോന്നാം, എങ്കിലും അത് ഉപരിതലത്തിൽ മാത്രമാണ്. ആഴങ്ങളിൽ അവയെ പരസ്പര വിരുദ്ധമല്ലാതാക്കുന്ന, അന്യോന്യപൂരകമാക്കുന്ന എന്തോ ഒന്നുണ്ട്. അവയുടെ മണ്ഡലങ്ങൾ വിഭിന്നങ്ങളാണ്. ശാസ്ത്രം പ്രവർത്തിക്കുന്നത് വസ്തുനിഷ്ഠമായ ലോകത്തിലാണ്, മതം പ്രവർത്തിക്കുന്നത് ആത്മനിഷ്ഠതയിലും. പക്ഷെ സമീപനം ഒന്നു തന്നെയാണ്. ശാസ്ത്രം ബാഹ്യമായ യാഥാർത്ഥ്യത്തെക്കുറിച്ചുള്ള സത്യം അറിയുവാനാണ് ശ്രമിക്കുന്നത്, മതമാകട്ടെ ആന്തരികമായ യാഥാർത്ഥ്യത്തെക്കുറിച്ചുള്ള അതേ സത്യം അറിയുവാനും.

എന്നാൽ തീർച്ചയായും മതം പ്രവർത്തിക്കുന്നത് ഉന്നതമായ തലത്തിലാണ്. ശാസ്ത്രജ്ഞന് വസ്തുക്കളെക്കുറിച്ച്, പദാർത്ഥത്തെക്കുറിച്ച്, വൈദ്യുതിയെക്കുറിച്ച്, അതിനെക്കുറിച്ച്, ഇതിനെക്കുറിച്ച് പലതും അറിയാമായിരിക്കാം; എന്നാൽ തന്നെക്കുറിച്ചു തന്നെ അയാൾ തീർത്തും അബോധവാനായിരിക്കും. ശാസ്ത്രജ്ഞന് ആ ശാസ്ത്രജ്ഞനെക്കുറിച്ചു തന്നെ ഒന്നും അറിഞ്ഞുകൂടാ. എന്നാൽ അയാൾക്ക് മറ്റെല്ലാറ്റിനെക്കുറിച്ചും എല്ലാമറിയാം.

ഈ സാഹചര്യം വളരെ വികലമായ ഒന്നാണ്. ശാസ്ത്രം മതത്തെ ആത്യന്തികലക്ഷ്യമായി അംഗീകരിക്കുമ്പോൾ മാത്രമേ അത് പരിപൂർണമാവുകയുള്ളു. മറുഭാഗത്ത് മതം തനിച്ച് പരിപൂർണമാകുന്നുമില്ല, കാരണം നിങ്ങൾക്ക് കേവലം ആന്തരികത്തിൽ മാത്രം ജീവിക്കുവാനാവില്ല. നിങ്ങൾക്ക് ആഹാരവും

വസ്ത്രവും അതുപോലുള്ള മറ്റു കാര്യങ്ങളും ആവശ്യമുണ്ട്. അവയെല്ലാം ശാസ്ത്രത്തിന് മാത്രമേ ലഭ്യമാക്കുവാൻ കഴിയൂ.

16

പ്രദോഷമനനം

മറ്റുള്ളവരിൽ നിന്ന് കടംകൊള്ളപ്പെട്ട അറിവ് അവാസ്തവമാണ്. പുറത്തുനിന്ന് ശേഖരിക്കപ്പെടുന്ന വിജ്ഞാനം അവാസ്തവമാണ്. അത് നിങ്ങളുടെ അജ്ഞതയെ മറയ്ക്കുന്നുവെങ്കിലും നിങ്ങളെ വിവേകിയാക്കുന്നില്ല. അത് നിങ്ങളുടെ വ്രണങ്ങളെ മൂടിവെയ്ക്കുകയല്ലാതെ ഉണക്കുന്നില്ല. ഒരു തരത്തിൽ അത് വളരെ അപകടകരമാണ്, കാരണം ഒരുവൻ തന്റെ വ്രണങ്ങളെ മറക്കുവാനുള്ള പ്രവണതയുണ്ടാവുകയും ആ വ്രണങ്ങൾ ഉള്ളിൽ വളർന്നുകൊണ്ടിരിക്കുകയും ചെയ്യുന്നു. അവ അർബുദമായിത്തീർന്നേക്കാം. അവയെ അറിയുന്നതാണ് ഭേദം. മഴയും കാറ്റും വെയിലുമേൽക്കുവാൻ അവയെ തുറന്നിടുന്നതാണ് ഭേദം. അവയെ മറച്ചുവെയ്ക്കൽ അവയെ സംരക്ഷിക്കലാണ്. അവ നിങ്ങളുടെ ശത്രുക്കളുമാണ്. അതിനാൽ അവയെ വെളിയിൽ തുറന്നിടുന്നതാണ് നല്ലത്. പ്രകൃതി അവയെ ഉണക്കുന്നു. അതിനാൽ യഥാർത്ഥമായ അറിയലിന്റെ ഒന്നാമത്തെ ചുവട്, ‘‘എനിക്ക് ഒന്നുമറിഞ്ഞു കൂടാ’’ എന്ന് അറിയുകയാണ്. അത് നിങ്ങളുടെ അജ്ഞതയെ വെളിപ്പെടുത്തലാണ്. ആ നിമിഷം മുതൽ ഒരു തിരിവ് സംഭവിക്കുന്നു, വമ്പിച്ചൊരു മാറ്റം സംഭവിക്കുന്നു. ഒരുവൻ ഉള്ളിലേക്ക് നോക്കുവാൻ തുടങ്ങുന്നു.

യഥാർത്ഥമായ അറിവ് നിങ്ങളുടെ ആന്തരികതയിലാണ് സംഭവിക്കേണ്ടത്. അത് ചിന്തകളിലൂടെ വന്നെത്തുക സാധ്യമല്ല. അതിന് നിങ്ങൾക്കുള്ളിലെ ചിന്താരഹിതമായ ഇടത്തിലൂടെ കടന്നുവരേണ്ടതുണ്ട്. അതിനു പഠനത്തിലൂടെ കയറിവരാൻ സാധ്യമല്ല, അത് ധ്യാനത്തിലൂടെ കയറി വരുന്നു. മനസ്സ് പരിപൂർണമായും ഉള്ളടക്കതീതമായിത്തീരുമ്പോൾ മാത്രം അത് കയറി വരുന്നു. മനസ്സ് അങ്ങേയറ്റം ശൂന്യവും പരിശുദ്ധവും, മാലിന്യവിമുക്തവുമായിത്തീരുകയും നിങ്ങളുടെ സ്വന്തം ആന്തരിക സ്രോതസ്സുകൾ പ്രവാഹക്ഷമമായിത്തീരുകയും ചെയ്യു

മ്പോൾ അത് വന്നെത്തുന്നു. കാരണം അപ്പോൾ എല്ലാ വിഘ്ലാതങ്ങളും നീക്കം ചെയ്യപ്പെടുന്നു.

ആ വസന്തത്തിന് ഒഴുകിയെത്തുവാൻ കഴിയുന്ന ഉറവിടമതാണ്. എന്നാൽ അതിന്റെ വഴിയിൽ പല പാറക്കെട്ടുകളുമുണ്ട്, ആ പാറക്കെട്ടുകളെ അറിവ് എന്നാണ് കരുതപ്പെടുന്നത്. അറിവ് അഥവാ വിജ്ഞാനം എന്നാണ് അതറിയപ്പെടുന്നത്. അവ അറിവല്ല. മറിച്ച് അറിവിന്റെ ശത്രുക്കളാണ്. നിങ്ങൾ ബാഹ്യത്തിൽ നിന്ന് പഠിച്ചിട്ടുള്ളതെല്ലാം വിട്ടു കളയുക, അങ്ങനെ ആന്തരികത്തിന് നിങ്ങളോട് സംസാരിക്കുവാൻ കഴിയുമാറാകട്ടെ. അപ്പോൾ യഥാർത്ഥമായ അറിവിന്റെ, അറിയലിന്റെ സുഗന്ധം നിങ്ങൾ അറിയും, യഥാർത്ഥമായ അറിയൽ മുക്തിദായകമാകുന്നുവെന്ന്.

പ്രഭാതമനനം

മനസ്സ് സന്ദേഹങ്ങളിൽ ജീവിക്കുന്നു. മനസ്സിന് നിലനിൽക്കുവാൻ അത്യാവശ്യമായ കാലാവസ്ഥ യാണ് സന്ദേഹം. അതേപോലെ തന്നെ ഹൃദയത്തിന് വളരുവാൻ കഴിയുന്ന കാലാവസ്ഥയാണ് വിശ്വസ്തത. അവ ധ്രുവാത്മക വൈപരീത്യങ്ങളാണ്. ഒരുവന് മനസ്സിൽ ജീവിക്കണമെന്നുണ്ടെങ്കിൽ അയാൾക്ക് തന്റെ സന്ദേഹങ്ങളെ വർദ്ധിപ്പിച്ചുകൊണ്ടിരിക്കേണ്ടതുണ്ട്. അപ്പോൾ അയാളുടെ മുഴുവൻ പരിശ്രമവും എങ്ങനെ മൂർച്ചകൂട്ടാം, അതിനെ എങ്ങനെ പരിപൂർണമാക്കാനും യാതൊരു നിഗമനത്തിലെത്തുവാനുള്ള സാധ്യതയില്ലാതാക്കുവാനും കഴിയും എന്നുള്ളതായിരിക്കണം.

ശാസ്ത്രം സംശയത്തെ ആശ്രയിക്കുന്നു. കാരണം ശാസ്ത്രം മനസ്സിന്റെ ഒരു പദ്ധതിയാണ്. അതിനാൽ ശാസ്ത്രം ഒരിക്കലും ഒരു നിഗമനത്തിലും എത്തിച്ചേരുന്നില്ല. കൂടിയാൽ അത് എത്തിച്ചേരുന്നത് അനുമാനപരമായ നിഗമനങ്ങളിൽ മാത്രമാണ്. എന്നാൽ ഒരു നിഗമനം അനുമാനപരമാകുമ്പോൾ അത് നിഗമനാത്മകമല്ല. അതിന് തത്സമയത്തെ അർത്ഥം മാത്രമേയുള്ളൂ. നാം നമ്മുടെ സംശയങ്ങളെ കൂടുതൽ മൂർച്ചയുള്ളതാക്കിക്കൊണ്ടിരിക്കുന്തോറും നമുക്കതിനെ മാറ്റേണ്ടി വരും. അതിനാൽ ശാസ്ത്രം എപ്പോഴും സാമാന്യേന ശരിയായിരിക്കുന്നു. ഒരിക്കലും കൃത്യമായും ശരിയാകുന്നില്ല. അതിന് സത്യത്തെ അവകാശപ്പെടാനാവില്ല- അത് അതിന്റെ അതിർത്തിക്കുള്ളിലല്ല.

മതം അതിന്റെ നേരെ വിപരീതമാണ്. അത് പ്രവർത്തിക്കുന്നത് വിശ്വസ്തതയിലൂടെയാണ്, ഭക്തിയിലൂടെയാണ്. അത് ജീവിതത്തെക്കുറിച്ചുള്ള തികച്ചും വ്യത്യസ്തമായ സമീപനമാണ്. അത്

പ്രേമത്തിലൂടെയുള്ള ഒരു സമീപനമാണ്. അതുകൊണ്ടാണ് മതം നിഗമനങ്ങളിൽ എത്തിച്ചേരുന്നത്, ഒരു വ്യക്തിയെ കേന്ദ്രിതനും വിശ്രാന്തനും ആയിത്തീരുവാൻ സഹായിക്കുന്നത്. ഒരു അനുമാനത്തോടുകൂടി നിങ്ങൾക്കൊരിക്കലും വിശ്രമിക്കാനാവില്ല, ആയാസത്തിലാകുവാൻ സാധ്യമല്ല. നിങ്ങൾക്കറിയാം, അതൊരു അനുമാനം മാത്രമാണ്, നാളെ അത് മാറുവാനുള്ളതാണ് എന്ന്. ഊർന്നുകൊണ്ടിരിക്കുന്ന അത്തരമൊരു മണ്ണിൽ നിങ്ങൾക്ക് നിങ്ങളുടെ ഭവനമുണ്ടാക്കുവാൻ എങ്ങനെ കഴിയും?

പ്രദോഷമനനം

നമ്മുടെ ശരീരം ചെറുതാണ്, നമ്മുടെ മനസ്സ് ചെറുതാണ്. പക്ഷെ നമ്മുടെ സത്ത വിശാലമാണ്. മഹാസമുദ്രത്തോളം വിസ്തൃതം. വാസ്തവത്തിൽ അത് ഏതൊരു സമുദ്രത്തേക്കാളും വിസ്തൃതമാണ്. എന്തുകൊണ്ടെന്നാൽ ഏറ്റവും വലിയ സമുദ്രത്തിനു പോലും ഒരു പരിധിയുണ്ട്. എന്നാൽ നമ്മുടെ സത്തയ്ക്ക് ഒരു പരിധിയുമില്ല, അത് അനന്തമാകുന്നു.

അതിന് മൂന്ന് ഗുണവിശേഷങ്ങളാണുള്ളത്. ഒന്നാമത്തെ ഗുണവിശേഷം സത്യമാണ്, നിങ്ങളുടെ സത്തയെ നിങ്ങൾ ആദ്യമായി അനുഭവിച്ചറിയുമ്പോൾ നിങ്ങൾ സത്യത്തിന്റെ ഏതാണ്ടൊരു രുചിയറിയുന്നു. അതിനുമുമ്പ് നിങ്ങൾ സത്യത്തെക്കുറിച്ചുള്ള സിദ്ധാന്തങ്ങൾ മാത്രമേ അറിഞ്ഞിട്ടുള്ളു. അത്, ആഹാരത്തെക്കുറിച്ച് ഒരുപാട് കാര്യങ്ങൾ അറിയുകയും എന്തെങ്കിലും ഭക്ഷിക്കുന്ന യാതൊരു അനുഭവവും ഇല്ലാതിരിക്കുകയും ചെയ്യുന്ന ഒരു മനുഷ്യനെപ്പോലെയായിരുന്നു.

സത്യം നമ്മളറിഞ്ഞിട്ടില്ല, അതിനെക്കുറിച്ചുള്ള പല സിദ്ധാന്തങ്ങൾ മാത്രമേ നാം കേട്ടിട്ടുള്ളു. അവയെല്ലാം അനുമാനങ്ങൾ ആണ്. നിങ്ങൾ ശരീരത്തിനപ്പുറം, മനസ്സിനപ്പുറം നിങ്ങളുടെ സത്തയിലേക്ക് പ്രവേശിക്കുമ്പോൾ ഒന്നാമത്തെ രുചി സത്യത്തിന്റേതാണ്, രണ്ടാമത്തെ രുചി അവബോധത്തിന്റേതും. അല്ലാത്തപക്ഷം അവബോധമെന്നത് ഒരു വാക്ക് മാത്രമാണ്.

ആളുകൾ ഗാഢനിദ്രയിലാണ്. അവബോധമെന്താണെന്ന് അവർക്കറിയില്ല. അവർ ബോധവാന്മാരേയല്ല, അവർ റോബോട്ടുകൾ പോലെയാണ്, യന്ത്രങ്ങളെപ്പോലെ പ്രവർത്തിച്ചുകൊണ്ടിരിക്കുന്നു. മൂന്നാമത്തേത്, ആത്യന്തികമായത്, പരമാനന്ദവുമാ

ണ്- അതാണ് ഉച്ചകോടി. നിങ്ങൾ നിങ്ങളിലേക്ക് സ്വയം ആഴത്തിൽ സഞ്ചരിച്ചുകൊണ്ടിരിക്കുമ്പോൾ ആദ്യം നിങ്ങൾ അഭിമുഖീകരിക്കുന്നത് സത്യത്തെയാണ്. അതിനുശേഷം നിങ്ങൾ അവബോധത്തെ അഭിമുഖീകരിക്കുന്നു. അങ്ങനെ അതിന്റെ അകക്കാമ്പിലെത്തുമ്പോൾ നിങ്ങൾ പരമാനന്ദത്തെയും അഭിമുഖീകരിക്കുന്നു.

പ്രഭാതമനനം

നിങ്ങളുടെ വിശ്വസ്തത വളരുന്നതോടൊപ്പം നിങ്ങളുടെ പരമാനന്ദവും വളരുന്നു. നിങ്ങളുടെ സന്ദേഹങ്ങൾ വളരുന്നതോടൊപ്പം നിങ്ങളുടെ സംഘർഷങ്ങളും വളരുന്നു, ദുഃഖങ്ങളും വളരുന്നു. സന്ദേഹം പരമമായി പര്യവസാനിക്കുന്നത് വ്യഥയിലും ഉത്കണ്ഠയിലുമാണ്. അതുകൊണ്ടാണ് ശാസ്ത്രീയമായ സമീപനം ആളുകളെ ഭ്രാന്തിലേക്ക് എത്തിക്കുന്നത്. അത് ലോകത്തെയാകെ ഭ്രാന്തിലേക്ക് എത്തിച്ചുകൊണ്ടിരിക്കുന്നു. എന്നാൽ ഓർത്തുകൊള്ളുക, ഞാൻ ശാസ്ത്രത്തിനെതിരേയല്ല. എന്നാൽ മനുഷ്യൻ ആദ്യം ഹൃദയത്തിൽ കേന്ദ്രിതനായിരിക്കുകയും അതിനുശേഷം ശാസ്ത്രത്തെ ഒരു മാർഗ്ഗമായി ഉപയോഗിക്കുകയും ചെയ്യുന്നതാണ് എനിക്കിഷ്ടം. അതിന് ഒരിക്കലും ലക്ഷ്യമാകുവാൻ സാധിക്കുകയില്ല, അവസാനമാകുവാൻ സാധിക്കുകയില്ല. അതിന് നല്ലൊരു ഭൃത്യനാകുവാൻ മാത്രമേ കഴിയൂ, ഒരിക്കലും ഒരു യജമാനനാകുവാൻ കഴിയില്ല.

ശാസ്ത്രത്തിന് ഒരിക്കലും മനുഷ്യന്റെ പാർപ്പിടമാകുവാൻ സാധ്യമല്ല. അതിന് നിങ്ങൾക്ക് കൂടുതൽ സുഖം നൽകുവാൻ കഴിഞ്ഞേക്കും. കുറേക്കൂടി സൗകര്യങ്ങൾ, കുറേക്കൂടി മെച്ചമായ ജീവിത നിലവാരം നൽകുവാൻ കഴിഞ്ഞേക്കും. പക്ഷെ അതിന് നിങ്ങൾക്ക് കൂടുതൽ മെച്ചമായൊരു ജീവിത ഗുണവിശേഷം നൽകുവാൻ സാധ്യമല്ല- അത് അസാധ്യമാണ്.

മനുഷ്യസുഖങ്ങൾക്കു വേണ്ടി, സൗകര്യങ്ങൾക്കു വേണ്ടി ശാസ്ത്രം ഉപയോഗിക്കപ്പെടണം. മനുഷ്യരാശിക്ക് പല പ്രയോജനങ്ങളും നൽകുവാൻ അതിനു കഴിയും. എന്നാൽ അതിനെ ഒരിക്കലും ഒരു ദൈവ

മായി പൂജിക്കപ്പെടുവാൻ സാധ്യമല്ല. അത് അതിന്റെ പ്രവൃത്തിയല്ല. എന്നാൽ അതാണ് ശാസ്ത്രം ചെയ്തുകൊണ്ടിരിക്കുന്നതായി നടിക്കുന്നത്. അതുകൊണ്ടാണ് മനുഷ്യരാശി ആകമാനം എല്ലാ അർത്ഥങ്ങളും നഷ്ടമായ ഒരു മരുഭൂമിയിലാണെന്ന് അതിന് തോന്നുന്നത്. ജീവിതം അപ്രസക്തമായിത്തീർന്നിരിക്കുന്നു, ഒന്നിനും കൊള്ളാത്തത്. കൂടിയാൽ നിങ്ങൾക്കത് വലിച്ചിഴച്ചു കൊണ്ടുപോകാം എന്നല്ലാതെ നിങ്ങൾക്കതൊരു നൃത്തമാക്കുവാൻ സാധ്യമല്ലാതായിരിക്കുന്നു. വിശ്വസ്തതയിലൂടെ നൃത്തം വന്നുചേരുന്നു, ആഘോഷം, പരമാനന്ദം, ആശീർവാദം വന്നുചേരുന്നു.

പ്രദോഷമനനം

ശാസ്ത്രജ്ഞന്മാർ പറയുന്നു, ഒരൊറ്റ മെമ്മറി സിസ്റ്റത്തിന്, ഒരൊറ്റ മനുഷ്യമനസ്സിന് ലോകത്തിലുള്ള സകല ലൈബ്രറികളെയും ഉൾക്കൊള്ളാനാകുമെന്ന്, അത്രയും ശേഷി അതിനുണ്ട്. എങ്കിലും ഒരുവൻ ലോകത്തിലുള്ള എല്ലാ ലൈബ്രറികളെയും ഉൾക്കൊണ്ടു കഴിഞ്ഞാൽപോലും അവനൊരു ബുദ്ധനായിരിക്കുകയില്ല. അയാൾ അപ്പോഴും അതേ വിഡ്ഢി തന്നെയായിരിക്കും. സകല ഗ്രന്ഥങ്ങളുടേയും ഭാരം ചുമക്കുന്ന അതേ കഴുത. അത് ഒരുവന്റെ സത്തയെ പരിവർത്തിപ്പിക്കുകയില്ല. സത്തയെ പരിവർത്തിപ്പിക്കണമെന്നുണ്ടെങ്കിൽ ഒരുവൻ വാക്കുകൾക്കപ്പുറം പോകേണ്ടതുണ്ട്. എല്ലാ സിദ്ധാന്തങ്ങൾക്കും ആശയസംഹിതകൾക്കും അടിസ്ഥാനപ്രമാണങ്ങൾക്കും മതഗ്രന്ഥങ്ങൾക്കും അപ്പുറം പോകേണ്ടതുണ്ട്.

വിവരശേഖരങ്ങൾ മതിയാക്കുക. അതിന് ഒരു പൂർണവിരാമമിടുക. കാരണം അത് മനുഷ്യനെ ഒരു തത്തയാക്കുന്നതേയുള്ളു. നാം ആ തത്തകളെ പണ്ഡിതന്മാർ എന്ന് വിളിക്കുന്നു. എന്നാൽ അതൊരിക്കലും ഒരുവനെ സംതൃപ്തനാക്കുന്നില്ല, ആനന്ദവാനാക്കുന്നില്ല, പ്രേമപൂർണനാക്കുന്നില്ല, അറിയുന്നവനാക്കുന്നില്ല. വിവരശേഖരങ്ങൾക്ക് ഒരു അവസാനമിടുക. അതിന്റെ അർത്ഥം മനസ്സിന് അവസാനമിടുക എന്നാണ്.

മനസ്സിന് അവസാനമിടുക എന്നത് ധ്യാനത്തിന്റെ ജനനമാകുന്നു. ഒരിക്കൽ ധ്യാനം ജനിച്ചു കഴിഞ്ഞാൽ പിന്നെ ദിവ്യാത്ഭുതങ്ങൾ സംഭവിക്കാൻ തുടങ്ങുന്നു, അപ്പോൾ ജീവിതം അത്തരം വമ്പൻ കുതിച്ചു ചാട്ടങ്ങൾ നടത്തുവാൻ തുടങ്ങുന്നു.... അവിശ്വസനീയമായവ.

ഒരുവൻ അത്രയധികം നിഗൂഢതകളെക്കുറിച്ച് ബോധവാനായിത്തീരാൻ തുടങ്ങുന്നു. അവ നമുക്ക് ചുറ്റുമുണ്ട്. അത് ധാരാളമായുണ്ട്. എന്നാൽ നമ്മുടെ വിജ്ഞാനം കാരണം നമ്മൾ അതിനോട് അടഞ്ഞിരിക്കുന്നു. നമ്മുടെ കണ്ണുകൾ അടഞ്ഞിരിക്കുന്നു. വിജ്ഞാനം മൂലം നാം അന്ധരായിരിക്കുന്നു. ഒരുവൻ ഒരു കൊച്ചുകുട്ടിയെപ്പോലെ നിഷ്കളങ്കനായിത്തീരണം. അങ്ങനെ നിഷ്കളങ്കനായിത്തീരുന്ന നിമിഷം- ഒരു ദർപ്പണം പോലെ തീർത്തും ശുചിയായിത്തീരുമ്പോൾ- അപ്പോൾ, അവൻ സത്യത്തെ പ്രതിഫലിപ്പിക്കുന്നു. സത്യം അറിയുക എന്നത് ആ ദർപ്പണമായിത്തീരലാകുന്നു.

പ്രഭാതമനനം

നൈമിഷികമായ പ്രേമത്തെ നമുക്ക് അറിയാം. ഒരുദിനം അത് അവിടെയുണ്ട്, മറ്റൊരു ദിനം അതു പൊയ്ക്കഴിഞ്ഞു. അതിന്റെ നൈമിഷികത തന്നെ അത് യഥാർത്ഥ പ്രേമമല്ലെന്ന് കാണിക്കുന്നു. അത് പ്രേമത്തിന്റെ മുഖംമൂടി അണിഞ്ഞ മറ്റെന്തോ ആണ് - ഒരുപക്ഷേ കാമമായിരിക്കാം, ജന്തുശാസ്ത്രപരമായ ഒരു ത്വര, മനഃശാസ്ത്രപരമായ എന്തോ ഒരാവശ്യം, തനിച്ചായിരിക്കുന്നതിന്റെ ഭയം, അപരനോടൊപ്പം എന്തിലെങ്കിലും വ്യാപൃതനായിരിക്കുവാനുള്ള ഒരു പരിശ്രമം, ഒരുവിധത്തിലല്ലെങ്കിൽ മറ്റൊരു വിധത്തിൽ സ്വന്തം ശൂന്യതയെ നിറയ്ക്കുവാനുള്ള ഒരു സംരംഭം. അത് മറ്റു ആയിരത്തൊന്ന് കാര്യങ്ങളാകാം. എന്നാൽ അത് പ്രേമമല്ല. അത് പ്രേമമാണെങ്കിൽ.....പ്രേമത്തിന്റെ ഏറ്റവും അനിവാര്യമായ സവിശേഷത അതിന്റെ എന്നെന്നേയ്ക്കുമുള്ള നിലനിൽപ്പാണ്.

പ്രേമത്തിന്റെ നിത്യതയെ, പ്രേമത്തിന്റെ കാലരാഹിത്യത്തെ, ഒരിക്കൽ രുചിച്ചറിഞ്ഞു കഴിഞ്ഞാൽ നിങ്ങൾ പരിവർത്തനപ്പെട്ടു കഴിഞ്ഞു. അതിനുശേഷം നിങ്ങൾ നിത്യസാധാരണമായ ലോകത്തിന്റെ ഭാഗമല്ല; നിങ്ങൾ വിശുദ്ധമായ, പരിപാവനമായ ആ ലോകത്തിലേക്ക് പ്രവേശിച്ചു കഴിഞ്ഞു. നിശ്ചയമായും സാധാരണരീതിയിൽ തന്നെ നിങ്ങൾ ജീവിച്ചുകൊണ്ടിരിക്കും; വാസ്തവത്തിൽ അതുവരെ നയിച്ചിരുന്നതിനേക്കാൾ കൂടുതൽ സാധാരണമായ ജീവിതമായിരിക്കും നിങ്ങൾ നയിക്കുക. എല്ലാ നാട്യങ്ങളും, എല്ലാ അഹംബോധസഞ്ചാരങ്ങളും നിങ്ങൾക്ക് ഇല്ലാതാകുന്നു. നിങ്ങൾ ആരോ ആണ് എന്ന കാര്യം നിങ്ങൾ മറന്നു പോകുന്നു, നിങ്ങൾ അതീവ സാധാരണക്കാരനായിത്തീരുന്നു.

എന്നാൽ ആ അതിസാധാരണത്വത്തിൽ ഒരു തിളക്കമുണ്ട്, ഒരു ശാലീനസൗന്ദര്യം, ഒരു അഴക്, മഹത്തായ ഒരു മനോഹാരിത ഉണ്ട്. നിങ്ങൾ നിറയെ വെളിച്ചമാണ്. കാരണം നിങ്ങളിൽ നിറയെ പ്രേമമാണ്. നിങ്ങൾ നിറയെ ആഹ്ലാദമാണ്. കാരണം നിങ്ങളിൽ നിറയെ പ്രേമമാണ്. നിങ്ങൾ സദാ പങ്കുവെയ്ക്കുവാൻ സന്നദ്ധനാണ്. കാരണം നിങ്ങൾ തീർത്താൽ തീരാത്ത ഒരു സ്രോതസ്സിൽ തടഞ്ഞുവീണിരിക്കുന്നു. ഇനിയൊരിക്കലും നിങ്ങൾക്ക് ലുബ്ധനാകുവാൻ കഴിയില്ല.

പ്രദോഷമനനം

എല്ലാ സമൂഹത്തിലും, നാഗരികതയിലും, മതങ്ങളിലും നാം വളർത്തപ്പെടുന്നത് നമുക്കൊരു കപടമായ സ്വത്വം നൽകപ്പെടുന്ന രീതിയിലാണ്. നാമെല്ലാം ചതിക്കപ്പെടുകയും വഞ്ചിക്കപ്പെടുകയുമാണ്. നമ്മെ ചതിക്കുന്ന ആളുകളാകട്ടെ വളരെ ശക്തരുമാണ്. വാസ്തവത്തിൽ അവരുടെ അധികാരശക്തി അവരുടെ വഞ്ചനയെ ആശ്രയിച്ചിരിക്കുന്നു, നൂറ്റാണ്ടുകളായി അവർ വഞ്ചിച്ചുകൊണ്ടേയിരിക്കുകയുമാണ്. അവർ അതിയായ അധികാരശക്തി സംഭരിച്ചിരിക്കുന്നു-രാഷ്ട്രീയക്കാർ, പുരോഹിതന്മാർ. ആരെങ്കിലും സത്യം അറിയുവാൻ അനുവദിക്കുന്നതിനെ അവർ ഭയപ്പെടുന്നു. വഞ്ചിക്കപ്പെടുവാൻ സന്നദ്ധരായി നിൽക്കുന്ന, സ്വയം ചതിക്കപ്പെടുവാൻ വളരെയധികം തയ്യാറായി നിൽക്കുന്ന ആളുകളെ ആശ്രയിച്ചാണ് അവരുടെ കച്ചവടം മുഴുവനും നടക്കുന്നത് - വാസ്തവത്തിൽ അക്കൂട്ടർ വഞ്ചിക്കപ്പെടുവാൻ ആവശ്യപ്പെടുകയാണ്, സ്വയം ചതിക്കപ്പെടുവാൻ കൊതിച്ചുകൊണ്ടിരിക്കുകയാണ്.

നന്നേ ചെറുപ്പം മുതൽക്കുതന്നെ കുട്ടികളെ അതിനുവേണ്ടി പരിശീലിപ്പിക്കുവാനുള്ള സാഹചര്യം അവർ സൃഷ്ടിക്കുന്നു; അങ്ങനെ പതുക്കെപ്പതുക്കെ കുട്ടി മനസ്സിലാക്കുന്നു, തനിക്ക് ഈ ലോകത്തിൽ അതിജീവിക്കണമെങ്കിൽ അവന് നീക്കുപോക്കുകൾ നടത്തേണ്ടിവരുമെന്ന്. അത് വളരെ ബോധപൂർവ്വം ചെയ്യുന്നതല്ല - അത്രയും അവബോധം ഒരു കൊച്ചുകുട്ടിയിൽ നിന്ന് പ്രതീക്ഷിക്കാവുന്നതല്ല; മുതിർന്ന ആളുകൾപോലും അത്രയും ബോധവാന്മാരല്ല - എന്നാൽ അവ്യക്തമായ ഒരു അവബോധം കുട്ടിയിൽ വളരാൻ തുടങ്ങുന്നു: ''ഞാൻ സത്യവാൻ ആയിരിക്കുകയാണെങ്കിൽ എനിക്ക് നിരന്തരം ബുദ്ധിമുട്ടുകൾ

ഉണ്ടായിക്കൊണ്ടിരിക്കും'' എന്ന്. എന്തെങ്കിലും സത്യമായ കാര്യം പറയുകയാണെങ്കിൽ അവൻ ഉടനടി ശിക്ഷിക്കപ്പെടുന്നു.

സത്യവാനായിരിക്കുവാൻ മാത്രം ശക്തനായിത്തീരുന്ന കാലമെത്തുമ്പോഴേയ്ക്കും നിങ്ങൾക്ക് എല്ലാ സത്യബോധവും നഷ്ടമാകുന്നു. നിങ്ങളുടെ നുണകൾ നിങ്ങളിൽ വളരെ ആഴത്തിലേക്ക് പോയിക്കഴിഞ്ഞു, അവ അത്രമാത്രം അബോധമായി കഴിഞ്ഞിരിക്കുന്നു, അവ നിങ്ങളുടെ മജ്ജയുടെയും മാംസത്തിന്റെയും രക്തത്തിന്റെയും വേർപ്പെടുത്താനാവാത്ത ഭാഗമായി കഴിഞ്ഞിരിക്കുന്നു, അതിനാൽ അവയെ ഒഴിവാക്കുന്നത് ഏതാണ്ട് അസാധ്യം തന്നെയായിത്തീരുന്നു. സമൂഹം നിങ്ങളോട് ചെയ്തിട്ടുള്ളതെല്ലാം ഇല്ലായ്മ ചെയ്യേണ്ടിയിരിക്കുന്നു. നിങ്ങൾ വീണ്ടും ജനിക്കേണ്ടിയിരിക്കുന്നു, യഥാർത്ഥമായും പുനർജ്ജനിക്കേണ്ടിയിരിക്കുന്നു; നിങ്ങൾ കാര്യങ്ങൾ അ,ആ, ഇ,ഈ യിൽ നിന്ന് തുടങ്ങി പഠിക്കേണ്ടിയിരിക്കുന്നു. അപ്പോൾ മാത്രമേ നിങ്ങളിൽ അടിച്ചേൽപ്പിക്കപ്പെട്ട കപടമായ ഒരു ഉൺമയാണ് അഹംബോധമെന്നതിനെക്കുറിച്ച് നിങ്ങൾ ബോധവാന്മാരാവുകയുള്ളൂ; അപ്പോൾ മാത്രമേ നിങ്ങൾ വ്യതിരിക്തമായ ഒരു ഏകകമേ അല്ല, ജൈവ സമ്പൂർണ്ണതയുടെ അംശം മാത്രമാണ് എന്നതിനെക്കുറിച്ച് നിങ്ങൾ ബോധവാനാവുകയുള്ളൂ.

പ്രഭാതമനനം

പ്രേമമെന്ന് വിളിക്കപ്പെടുന്ന നമ്മുടെ വ്യക്തിബന്ധങ്ങളുമായി ഞാൻ സംസാരിച്ചു കൊണ്ടിരിക്കുന്ന പ്രേമത്തിന് യാതൊരു ബന്ധവുമില്ല. നമ്മുടെ ബന്ധങ്ങൾ താൽക്കാലികമാണ്. നിത്യമായ പ്രേമം ബന്ധപ്പെടുന്നുണ്ടെങ്കിലും അതൊരിക്കലും ബന്ധങ്ങൾ സൃഷ്ടിക്കുന്നില്ല. അത് അപരനുമായി ബന്ധപ്പെടുന്നു; അത് വൃക്ഷങ്ങളുമായി ബന്ധപ്പെടുന്നു, സൂര്യചന്ദ്രന്മാരുമായി ബന്ധപ്പെടുന്നു, കാറ്റുമായി ബന്ധപ്പെടുന്നു, ഭൂമിയുമായി ബന്ധപ്പെടുന്നു, മൃഗങ്ങളുമായി ബന്ധപ്പെടുന്നു, മനുഷ്യരുമായി ബന്ധപ്പെടുന്നു, പാറകളുമായി ബന്ധപ്പെടുന്നു - ദിവസം ഇരുപത്തിനാലു മണിക്കൂറും നീണ്ടുനിൽക്കുന്ന ഒരു ബന്ധപ്പെടലാണത് - എന്നാൽ അത് യാതൊരു ബന്ധവും സൃഷ്ടിക്കുന്നില്ല.

ബന്ധപ്പെടൽ ഒരു നദി പോലെയാണ്: അതൊരു പ്രവാഹമാണ്, ചലനമാണ്, ആ ബന്ധപ്പെടൽ ചലനാത്മകമാണ്, സജീവമാണ്, അതൊരു നൃത്തമാകുന്നു. ബന്ധം എന്നത് വളർച്ച നിന്നുപോയ എന്തോ ഒന്നാണ്, കെട്ടുപോയ എന്തോ ഒന്ന്, വളർച്ച നിന്നുപോയി മുരടിച്ചുപോയ എന്തോ ഒന്ന്. വളർച്ച നിന്നുപോയ എന്തെങ്കിലും ഒന്ന് നിങ്ങളോടൊപ്പം ഉണ്ടാകുമ്പോഴാകട്ടെ, നിങ്ങൾക്ക് മുഷിച്ചിൽ ഉണ്ടാകുവാൻ തുടങ്ങുന്നു, നിങ്ങൾക്ക് സന്താപമനുഭവപ്പെടാൻ തുടങ്ങുന്നു. ഒരു നിരാശ നിങ്ങളെ ചൂഴ്ന്നുനിൽക്കുന്നു. അങ്ങനെ നിങ്ങളിൽ വല്ലാത്തൊരു വ്യഥ ഉയർന്നുവരാൻ തുടങ്ങുന്നു. കാരണം നിങ്ങൾക്ക് ജീവിതവുമായുള്ള ബന്ധം വിച്ഛേദിക്കപ്പെട്ടു തുടങ്ങുന്നു.

ജീവിതം എപ്പോഴും നദിക്കു തുല്യമാണ്, എന്നാൽ ഇപ്പോൾ നിങ്ങൾ എന്തിനോടോ കെട്ടിയിടപ്പെട്ടിരിക്കുന്നു - ഒരു ഭാര്യ, ഒരു ഭർത്താവ്, ഒരു സുഹൃത്ത്.

ഒരാൾ ബന്ധിക്കപ്പെട്ടിരിക്കുമ്പോഴൊക്കെയും അയാൾ കുപിതനായിത്തീരുന്നു. കാരണം ആരും തന്റെ സ്വാതന്ത്ര്യം നഷ്ടപ്പെടാൻ ആഗ്രഹിക്കുന്നില്ല. മനുഷ്യന്റെ ഏറ്റവും വലിയ ആനന്ദം സ്വതന്ത്രനായിരിക്കുന്നതിലാണ്. എന്നാൽ മനുഷ്യമനസ്സിന്റെ മണ്ടത്തരം എങ്ങനെയെന്നാൽ അത് നിരന്തരം സ്വാതന്ത്ര്യം വീണ്ടുംവീണ്ടും ഹനിയ്ക്കപ്പെടുവാനുള്ള സാഹചര്യങ്ങൾ സൃഷ്ടിച്ചുകൊണ്ടിരിക്കുന്നു. അപ്പോൾ നിങ്ങൾ ഒരു പക്ഷിയെ പോലെയാണെങ്കിലും നിങ്ങളുടെ ആത്മാവ് പീഡനം അനുഭവിക്കുന്നു. കാരണം നിങ്ങൾക്ക് പറക്കുവാനാകുന്നില്ല - പറക്കുവാൻ കഴിയാത്ത ഒരു പക്ഷി പിന്നെയെന്താണ്? ഒഴുക്കില്ലാത്ത ഒരു സത്ത, വളർച്ചയില്ലാത്ത ഒരു സത്ത പിന്നെയെന്താണ്?

സത്ത സജീവമാകുന്നത് അത് ഒരു ആയിത്തീരൽ ആകുമ്പോഴാണ്. ആയിരിക്കൽ എന്നാൽ ആയിത്തീരൽ ആകുന്നു. ആയിത്തീരൽ നിന്നുപോവുകയാണെങ്കിൽ നിങ്ങളുടെ ആത്മാവ് ഒരു മൃതമായ പാറ പോലെയായി പോകുന്നു, എന്നാൽ നിങ്ങൾ ചലിച്ചുകൊണ്ടേയിരിക്കുകയാണെങ്കിൽ, അപ്പോൾ നിങ്ങൾ വിടർന്നുകൊണ്ടേയിരിക്കുന്ന ഒരു താമര പോലെയാകുന്നു.

പ്രദോഷമനനം

കുട്ടികൾ പഠിക്കുന്നത് മുതിർന്നവരിൽനിന്നാണ്, മറ്റുള്ളവർ ചെയ്യുന്നതെല്ലാം കുട്ടികളും ചെയ്യാൻ തുടങ്ങുന്നു. ഇപ്പോൾ നമ്മുടെ കുഞ്ഞുങ്ങൾ സിനിമകളും ടെലിവിഷനുമെല്ലാം കാണുന്നു. അവർ കൊലപാതകങ്ങളും ആത്മഹത്യകളും കൊള്ളകളും അത്തരത്തിലുള്ള എല്ലാ കാര്യങ്ങളും കണ്ടുകൊണ്ടിരിക്കുന്നു. അവർ പഠിച്ചുകൊണ്ടിരിക്കുകയാണ്..... എല്ലായിടത്തും അവർ കാണുന്നത് ഹിംസയാണ് -ബലാൽസംഗം, നരഹത്യ....അതേ ശൈലി അവരും ആവർത്തിക്കുന്നു. അവരുടെ കുഞ്ഞുങ്ങളും അവരിൽ നിന്നാണ് പഠിക്കുന്നത്. അതൊരു ദൈനംദിന പ്രതിഭാസമായിത്തീരുന്നു. കാരണം എല്ലാവരും ബാഹ്യത്തിലാണ് അന്വേഷിച്ചുകൊണ്ടിരിക്കുന്നത്. നാം കാണുന്നത് അങ്ങനെയാണ്. എന്നാൽ യഥാർത്ഥ നിധി ഉള്ളിലാണുതാനും.

യേശു വീണ്ടുംവീണ്ടും പറയുന്നു, ‘‘ദൈവരാജ്യം ഉള്ളിലാകുന്നു.’’ എന്നാൽ അദ്ദേഹത്തിന്റെ വളരെ അടുത്ത അനുയായികൾ പോലും ഒരിക്കലും അദ്ദേഹത്തെ മനസ്സിലാക്കിയില്ല. അന്ത്യരാത്രി ആയപ്പോൾപ്പോലും, യേശു പിടിയ്ക്കപ്പെടുമെന്നായപ്പോൾ പോലും അവർ സ്വർഗത്തിലെ ദൈവരാജ്യത്തെക്കുറിച്ച് അന്വേഷിച്ചുകൊണ്ടിരിക്കുകയായിരുന്നു. എന്നാൽ ആ പാവംമനുഷ്യൻ തന്റെ ജീവിതകാലം മുഴുവൻ പറഞ്ഞുകൊണ്ടിരുന്നത് ദൈവരാജ്യം നിങ്ങളുടെ ഉള്ളിലാകുന്നു എന്നായിരുന്നു! ശിഷ്യന്മാരുമായുള്ള അവസാനത്തെ സംഭാഷണമായിരുന്നു ഇത്: ‘‘ഗുരോ, ഒരു കാര്യം ഞങ്ങളോട് പറഞ്ഞുതന്നാലും, ദൈവരാജ്യത്തിൽ അങ്ങ് ദൈവത്തിന്റെ വലതുവശത്തായിരിക്കും ഇരിക്കുക, അപ്പോൾ അങ്ങയുടെ അടുത്ത ശിഷ്യന്മാരായ ഞങ്ങളിൽ പന്ത്രണ്ടുപേരിൽ ആരായിരിക്കും അങ്ങയുടെ തൊട്ടടുത്തിരിക്കുക?’’

ആ മണ്ടത്തരം നിങ്ങൾ കാണുന്നുണ്ടോ, ആ രാഷ്ട്രീയം, അനന്തരവകാശത്തിന്റെ പ്രശ്നം. എന്നാൽ ആ പാവം മനുഷ്യൻ ജീവിതകാലമത്രയും പറഞ്ഞുകൊണ്ടിരുന്നത്: ''ഒന്നാമനാകുവാൻ കൊതിയ്ക്കാത്തവർ ഭാഗ്യവാന്മാർ, കാരണം അവരായിരിയ്ക്കും ഒന്നാമൻ.''

എന്നാൽ ആളുകൾ വാക്കുകളെയാണ് ശ്രദ്ധിച്ചുകൊണ്ടിരിക്കുന്നത്, മനോഹരമായ വാക്കുകൾ; ആ വാക്കുകളെ അവർ ആസ്വദിക്കുന്നു, എന്നാൽ അവർ അത് ഗ്രഹിക്കുന്നില്ല. ബുദ്ധനെ നമുക്ക് നഷ്ടമായി, യേശുവിനെ നമുക്ക് നഷ്ടമായി, മഹാന്മാരായ എല്ലാ ഗുരുക്കന്മാരെയും നമുക്ക് നഷ്ടമായി. അതിന്റെ അനന്തരഫലമാണ് ഈ ദുഃഖാകുലരായ മനുഷ്യരാശി.

പ്രഭാതമനനം

ഒരിക്കലും, ഒരു നിമിഷനേരത്തേയ്ക്കു പോലും നിങ്ങളുടെ സ്വാതന്ത്ര്യം നഷ്ടപ്പെടുത്താതിരിക്കുക. അതുപോലെ തന്നെ മറ്റൊരാളുടേയും സ്വാതന്ത്ര്യവും നശിപ്പിക്കാതിരിക്കുക. എന്നെ സംബന്ധിച്ച് മതമെന്നാൽ അർത്ഥം അതാണ്. യഥാർത്ഥത്തിൽ മതാത്മകനായ ഒരു വ്യക്തി സ്വതന്ത്രനായി നിലകൊള്ളുകയും താനുമായി അടുത്തബന്ധം പുലർത്തുവാൻ എത്തുന്ന ആളുകളെ സ്വതന്ത്രനാകുവാൻ സഹായിക്കുകയും ചെയ്യുന്നു. അയാൾ ഒരിക്കലും ആരെയും സ്വന്തമാക്കുന്നില്ല, ആരെയും തന്നെ സ്വന്തമാക്കുവാൻ അനുവദിക്കുന്നുമില്ല.

അതിന് നിരന്തരം ജാഗരൂകമായ നിരീക്ഷണം ആവശ്യമാണ്. അള്ളിപ്പിടിക്കലിൽ നമുക്ക് നഷ്ടപ്പെടുന്നു, അള്ളിപ്പിടിക്കലിൽ നാം ആത്മഹത്യ ആരംഭിക്കുന്നു. അപ്പോൾ വളരെ വിചിത്രമായ ഒരു സാഹചര്യം ഉയർന്നുവരികയാണ് ചെയ്യുക: നാം പ്രേമിക്കുന്ന വ്യക്തിയെ നാം വെറുക്കുന്നു, ആരെയാണോ നാം അള്ളിപ്പിടിക്കുന്നത് അയാളെ നശിപ്പിക്കുവാൻ നാം ആഗ്രഹിക്കുന്നു. ഇത് വിചിത്രമായ ഒരു സാഹചര്യമാണ്. എന്നാൽ നിങ്ങൾ മനസ്സിലാക്കുമെങ്കിൽ, അത് തീർത്തും വ്യക്തവും യുക്തിസഹവുമാണ്. നിങ്ങൾ ആ വ്യക്തിയെ വെറുക്കുന്നു, കാരണം അയാൾ നിങ്ങളുടെ സ്വാതന്ത്ര്യം നശിപ്പിച്ചിരിക്കുന്നു. നിങ്ങൾ ആ സാഹചര്യത്തെ വെറുക്കുന്നു, കാരണം നിങ്ങൾ അതിൽ തടവിലാക്കപ്പെട്ടിരിക്കുകയാണ്, നിങ്ങൾ ഒരു തടവുപുള്ളിയാണ്. നിങ്ങൾ ഒരു അള്ളിപ്പിടുത്തക്കാരനുമാണ്. കാരണം അറിയപ്പെട്ടു കഴിഞ്ഞത്, പരിചിതമായത് നിങ്ങൾക്കൊരു നിശ്ചിത സുഖം നൽകുന്നു, അറിയപ്പെടാത്തതിനെ, അതീതമായതിനെ നിങ്ങൾക്ക് ഭയവുമാണ്.

അതിനാൽ നിങ്ങൾ ചെയ്തുകൊണ്ടിരിക്കുന്നത് സ്വയം ഖണ്ഡനാത്മകമായ ഒരു കാര്യമാണ്: ഒരു വശത്ത് നിങ്ങൾ അള്ളിപ്പിടിക്കുന്നു, മറുവശത്ത് നിങ്ങൾക്ക് സ്വാതന്ത്ര്യം വേണം. അതിനുവേണ്ടി ത്തന്നെയാണ് ലോകത്തുള്ള സകല ജനങ്ങളും പൊരുതിക്കൊണ്ടിരിക്കുന്നത്. സ്വതന്ത്രനാവുക എന്ന ആശയം അവർക്ക് ഉപേക്ഷിക്കുവാനാവില്ല. കാരണം അത് അവരുടെ അന്തർനിഷ്ഠമായ പ്രകൃതമാണ്. അത് ഉപേക്ഷിക്കുക അസാധ്യമാണ്, അതു ചെയ്യുവാൻ യാതൊരു മാർഗ്ഗവുമില്ല.

ഒരൊറ്റ മനുഷ്യജീവിക്കും ഇന്നോളം അതിന് സാധിച്ചിട്ടില്ല. ഇനിയൊരിക്കലും അങ്ങനെ ചെയ്യുവാൻ സാധിക്കുകയുമില്ല. കാരണം നാം സ്വാതന്ത്ര്യത്തെ ഇഷ്ടപ്പെടുന്നുവെന്നു മാത്രമല്ല, വാസ്തവത്തിൽ നാം സ്വാതന്ത്ര്യം തന്നെയാകുന്നു. സ്വാതന്ത്ര്യത്തിൽ മാത്രമാണ് നമുക്ക് വളരുവാൻ കഴിയുക.

പ്രദോഷമനനം

എല്ലാവരും തന്റെ സത്തയിൽ ഒരു സത്യം കൊണ്ടുവരുന്നുണ്ട്. ആ സത്യം കണ്ടുപിടിക്കപ്പെടേണ്ടതല്ല, അത് കണ്ടെത്തുക മാത്രമേ വേണ്ടൂ, അതിലേറെ അത് വീണ്ടും കണ്ടെത്തുക മാത്രമാണ് ചെയ്യുന്നത്. ഇപ്പോൾ തന്നെ അത് നമ്മുടെ കൈവശം ഉണ്ട്, എന്നാൽ ആ വസ്തുതയെക്കുറിച്ച് നമ്മൾ തീർത്തും വിസ്മൃതരായി പോയിരിക്കുന്നു. നാം ഉറക്കത്തിൽ ആണ്ടുപോവുകയും നാം ആരെന്ന് നമ്മൾ മറന്നു പോവുകയും ചെയ്തിരിക്കുന്നുവെന്നുമാത്രമേയുള്ളു. ആവശ്യമായിട്ടുള്ളത് ഒരു ഓർമ്മപുതുക്കൽ മാത്രമാണ്. നിങ്ങൾ കൂടുതൽ ജാഗരൂകനായിത്തീരുകയും കൂടുതൽ അവബോധവാനായിത്തീരുകയും ചെയ്യേണ്ടതുണ്ട്. ഒന്നും നഷ്ടമായിട്ടില്ല, നിങ്ങൾ സ്വപ്നാടനത്തിൽ ആണെന്നു മാത്രം - നിങ്ങൾ ഒരു യാചകനാണെന്നു നിങ്ങൾ സ്വപ്നം കണ്ടുകൊണ്ടിരിക്കുകയാണ്. എന്നാൽ നിങ്ങൾ യാചകനല്ല.

ആ സ്വപ്നം തകർക്കപ്പെടുകയും നിങ്ങൾ ഉണർന്നെഴുന്നേൽക്കുകയും ചെയ്താൽ, പൊടുന്നനെ നിങ്ങൾ അറിയുന്നു, എന്ത് വങ്കത്തരങ്ങളായ സ്വപ്നങ്ങളാണ് നിങ്ങൾ കണ്ടുകൊണ്ടിരുന്നതെന്ന്. അതിമഹത്തായ നിധി നിങ്ങളുടെ സ്വന്തമാണ്. നിത്യജീവിതം നിങ്ങളുടേതാണ്. ദൈവരാജ്യം നിങ്ങളുടേതാണ്. ആ പരമമായത് നിങ്ങളുടേതാണ്. നാം അത് നമ്മോടൊപ്പം കൊണ്ടുവന്നിരിക്കുന്നു. നാം അതാകുന്നു! അതിനാൽ അത് മറ്റെവിടെയെങ്കിലും തേടുകയും തെരയുകയും ചെയ്യുന്നതിന്റെ പ്രശ്നമല്ലത്. ഉണർച്ചയ്ക്കുവേണ്ടി നിങ്ങളുടെ സകല ഊർജ്ജങ്ങളും പ്രയോഗിക്കുന്നതിന്റെ പ്രശ്നമാണ്.

22

പ്രഭാതമനനം

പാശ്ചാത്യനാട്ടിൽ ഇപ്പോൾ ടിവി സെറ്റിനെ വിഡ്ഢിപ്പെട്ടി എന്നുവിളിച്ചു വരുന്നത് വളരെ നന്നായി. വാസ്തവത്തിൽ വിഡ്ഢികൾ മാത്രമാണ് അതിന് മുന്നിലിരിക്കുന്നത്. ആ പെട്ടി അതിന് മുന്നിലിരിക്കുന്ന ആളുകളെ അപേക്ഷിച്ച് അത്രയൊന്നും വിഡ്ഢിയല്ല. അവർ അതിനു മുന്നിൽ ഇരുന്നുകൊണ്ടേയിരിക്കുന്നു.

എന്താണ് അവരവിടെ കണ്ടുകൊണ്ടേയിരിക്കുന്നത്? പണ്ടുമുതൽക്കേ കണ്ടുകൊണ്ടിരിക്കുന്ന അതേ കൊലപാതകങ്ങളും അതേ ഹിംസയും അതേ ബലാൽസംഗവും അതേ കഥകളും തന്നെ. അതേ ദുരന്ത കഥകൾ: രണ്ട് സ്ത്രീകൾ ഒരു പുരുഷൻ അല്ലെങ്കിൽ രണ്ട് പുരുഷന്മാർ ഒരു സ്ത്രി. അത്തരം വിഡ്ഢിത്തം ആണത്. മനുഷ്യർ ഒരേ കഥ തന്നെ വീണ്ടും വീണ്ടും എഴുതിക്കൊണ്ടിരിക്കുന്നു. അതു കണ്ടുകൊണ്ടേയിരിക്കുവാൻ വിഡ്ഢികളുമുണ്ട്. കഥ ഒന്നുതന്നെ, കഥാതന്തു ഒന്നുതന്നെ, കഥാതന്ത്രം ഒന്നുതന്നെ, പുതുതായി ഒന്നുമില്ല.

നിങ്ങളുടെ സ്വന്തം മനസ്സിനെ നിരീക്ഷിക്കുന്നത് അതിനേക്കാൾ എത്രയോ രസകരമാണ്. കാരണം അത് അതിനേക്കാളും ഭ്രാന്തമാണ്, അതിനേക്കാളും കാല്പനികാപൂർണ്ണവുമാണ്. നിങ്ങൾ കേവലം അതിനെ ശ്രദ്ധിച്ചുകൊണ്ടിരിക്കുകയാണെങ്കിൽ നിങ്ങൾ അതിശയപ്പെട്ടു പോകും. ഒരു മനഃശാസ്ത്രജ്ഞനും ഇതുവരെ കണ്ടുപിടിച്ചിട്ടുള്ളതിനേക്കാൾ കൂടുതൽ മൈഥുനനിലകൾ നിങ്ങൾക്ക് അവിടെ കണ്ടെത്തുവാൻ കഴിയും.... മനസ്സാണെങ്കിൽ അതീവ തല്പരവുമാണ്! നിങ്ങൾ എല്ലാത്തരം ഹിംസകളും, എല്ലാത്തരം കൊലപാതകങ്ങളും ചെയ്യും, എല്ലാത്തരം ആത്മഹത്യകളും, എല്ലാം സംഭവിക്കും -

കേവലം നിരീക്ഷിച്ചു കൊണ്ടേയിരിക്കുക. അതിന്റെ ദിവ്യാത്ഭുതം ഒന്നുകൂടി ഉണ്ട്, നിങ്ങൾ അതിന് കാശ് ചെലവാക്കേണ്ടതില്ല!

അതിനുശേഷം പതുക്കെപ്പതുക്കെ രംഗമാകെ അപ്രത്യക്ഷമാകാൻ തുടങ്ങുന്നു. നിങ്ങൾ കൂടുതൽ ജാഗരൂകനാകുന്നതോടെ അത് അപ്രത്യക്ഷമാകാൻ തുടങ്ങുന്നു. നിങ്ങൾ കൂടുതൽ അവബോധവാനായി ത്തീരുന്നതോടെ അതിന് നിങ്ങളുടെ മേലുള്ള പിടി നഷ്ടമാകുന്നു. ഒരു ദിനം ജീവിതത്തിലെ ഏറ്റവും വലിയ ദിവ്യാത്ഭുതം സംഭവിക്കുന്നു: മനസ്സ് കേവലം അപ്രത്യക്ഷമാവുകയും വിശാലമായൊരു ശൂന്യത അവശേഷിക്കുകയും നിരീക്ഷിക്കുവാൻ ഒന്നുമില്ലാ തായി തീരുകയും ചെയ്യുന്നു. നിങ്ങൾ പരമമായ ഏകാന്തതയിൽ അവശേഷിക്കുന്നു, അതാണ് ധ്യാനം. ആ ഏകാന്തതയിൽ നിന്ന് പരമാനന്ദത്തിന്റെ, പരമമായ സൗന്ദര്യത്തിന്റെ, സത്യത്തിന്റെ, ദൈവി കതയുടെ, ആയിരമായിരം പുഷ്പങ്ങൾ വിടർന്നുവ രികയും ചെയ്യുന്നു.

പ്രദോഷമനനം

സത്യവാനായിരിക്കുന്നതിന്റെ ആനന്ദം അതിമഹത്താണ്, അസത്യവാൻ ആകുന്നതിന്റെ അന്ധകാരത്തിലേക്ക് പതിക്കുവാൻ ആരാണ് പിന്നീട് ഇഷ്ടപ്പെടുക? സത്യവാൻ ആകുന്നതിന്റെ ലാളിത്യം അതിമഹത്തരമാണ്, അതിനുശേഷം അസത്യവാനാകുന്നതിന്റെ അനാവശ്യമായ സങ്കീർണ്ണതകൾ സൃഷ്ടിക്കുവാൻ ആരാണ് ഇഷ്ടപ്പെടുക?

ഒരു നുണ അതിന്റെ വഴിക്ക് ആയിരത്തൊന്ന് ഇതര നുണകൾ കൊണ്ടുവരുന്നു, കാരണം നിങ്ങൾക്ക് അതിനെ സംരക്ഷിക്കേണ്ടി വരുന്നു - സത്യം കൊണ്ട് അതിനെ സംരക്ഷിക്കുവാൻ സാധിക്കുകയില്ല. മറ്റു നുണകൾ കൊണ്ട് മാത്രമേ ഒരു നുണയെ സംരക്ഷിക്കുവാൻ കഴിയുകയുള്ളൂ. അങ്ങനെ ഉണ്ടാകുന്ന ഓരോ നുണയ്ക്കും അതിന്റേതായ അനേകം നുണകൾ പിന്നെയും ആവശ്യമായി വരുന്നു. ഒരൊറ്റ നുണ, അങ്ങനെ അതിലൂടെ നിങ്ങളുടെ ജീവിതം മുഴുവൻ അസത്യപൂർണ്ണമായി, ആധികാരികമല്ലാത്തതായിത്തീരുവാൻ തുടങ്ങുന്നു.

സത്യം നിരവധി പാരിതോഷികങ്ങൾ കൊണ്ടുവരുന്നു. എന്നാൽ ഒരാൾ ധ്യാനത്തിന്റെ കവാടങ്ങൾ തുറന്നു വെക്കേണ്ടതുണ്ട്. ആർക്കും നിങ്ങൾക്ക് സത്യം നൽകുവാൻ സാധ്യമല്ല; സത്യം ഇപ്പോൾ തന്നെ ദൈവത്താൽ നിങ്ങൾക്ക് നൽകപ്പെട്ടിട്ടുണ്ട്. അത് മറ്റെവിടെയെങ്കിലും കണ്ടെത്തപ്പെടേണ്ട ഒന്നല്ല; അത് ഇപ്പോൾ തന്നെ ഉള്ളതാണ്, നിങ്ങളുടെ ഉണ്മയാണത്. നിങ്ങൾ കേവലം ആന്തരികോന്മുഖമായി ഒരൽപ്പം ചുവടുകൾ വെക്കുകയേ വേണ്ടു.

സന്യാസം എന്നാൽ, കേവലം ഇതു മാത്രമാണ് അർത്ഥം: ഒരുവന്റെ സത്യം കണ്ടെത്തുവാനുള്ള ഒരു തീരുമാനം, ''ഈ നിമിഷം മുതൽ എന്റെ ജീവിതം

എന്റെ സത്യം കണ്ടെത്തുവാനായി സമർപ്പിക്കപ്പെടും"
എന്ന ഒരു ഉറച്ച തീരുമാനം.

സത്യം അതിവിദൂരമല്ല. അതിന് ഒരൊറ്റ ചുവട് മാത്രമേ വേണ്ടൂ. അതിനാൽ അതിനെ ഒരു ചുവടെന്നു വിളിക്കാത്തതായിരിക്കും നല്ലത്: അത് ഒരു വമ്പൻ ചാട്ടമാകുന്നു, മനസ്സിൽ നിന്ന് നിർമ്മനത്തിലേക്കുള്ള ഒരു എടുത്തു ചാട്ടം.

പ്രഭാതമനനം

സാധാരണഗതിയിൽ ആളുകൾ തനിച്ചാകുമ്പോൾ അവർ സന്തുഷ്ടരല്ല. അവർക്ക് ഒരു ശൂന്യത അനുഭവപ്പെടുന്നു. എന്തോ നഷ്ടമായതുപോലെ അനുഭവപ്പെടുന്നു. അധികകാലം തനിച്ചു ജീവിക്കുവാൻ അവർക്കു സാധ്യമല്ല; ഒരു മണിക്കൂർ തന്നെ അനവധി മണിക്കൂറുകളെന്ന പോലെ തോന്നിക്കുന്നു. അവർ ഒരു ബന്ധത്തിലേക്ക് ഒളിച്ചോടി രക്ഷപെടുന്നു. ആ ബന്ധം അവനവനിൽ നിന്നു തന്നെയുള്ള വെറുമൊരു ഒളിച്ചോട്ടമാണ്. അത് സത്യമായൊരു ബന്ധമല്ല, നിഷേധാത്മകമാണത്. ഒരു പുരുഷൻ തന്റെ ഏകാകിത ഒഴിവാക്കുവാനായി മാത്രം ഒരു സ്ത്രീയുമായി പ്രണയത്തിലാകുന്നു; ഒരു സ്ത്രീ അവളുടെ ഏകാകിത ഒഴിവാക്കുവാനായി മാത്രം ഒരു പുരുഷനെ പ്രണയിക്കുന്നു.

ധനാത്മകമായ ബന്ധം എന്നത് തികച്ചും വ്യത്യസ്തമായ ഒന്നാണ്. നിങ്ങൾ നിങ്ങളിൽ നിന്ന് ഒളിച്ചോടുവാൻ ശ്രമിക്കുന്നില്ല. നിങ്ങൾ നിങ്ങളായിരിക്കുവാൻ ഇഷ്ടപ്പെടുന്നു, നിങ്ങളുടെ ഏകാന്തത ഇഷ്ടപ്പെടുന്നു, നിങ്ങൾ അതിൽ ആഹ്ലാദം കൊള്ളുന്നു, സമയം കിട്ടുമ്പോഴെല്ലാം നിങ്ങൾ അതിലേക്ക് നീങ്ങുന്നു. എന്നാൽ ഏകാന്തതയിൽ അത്യധികം പരമാനന്ദം സൃഷ്ടിക്കപ്പെടുന്നതിനാൽ നിങ്ങൾക്ക് അത് പങ്കുവെക്കേണ്ടിവരുന്നു. അത് ഒരു ഭാരം പോലെയായിത്തീരുന്നു, മഴവെള്ളം കൊണ്ടുനിറഞ്ഞ ഒരു കാർമേഘം പോലെ അതിന് പെയ്തൊഴിയേണ്ടിവരുന്നു. ഭൂമിക്ക് അത് ആവശ്യമുണ്ടോ ഇല്ലയോ എന്നത് വിഷയമേയല്ല, വൃക്ഷലതാദികൾ സ്വീകരണാത്മകമാണോ അല്ലയോ എന്നുള്ളത് വിഷയമാകുന്നില്ല; അതിന് പെയ്തൊഴിയേണ്ടിരിക്കുന്നു, മേഘത്തിന് സ്വയം ഭാരം ഒഴിക്കേണ്ടിയിരിക്കുന്നു.

ഓർക്കുക, നിങ്ങൾ പരമാനന്ദത്താൽ നിറഞ്ഞു കവിയുന്നതിന്റെ ഭാരമത്രേ ജീവിതത്തിന്റെ ഏറ്റവും

വമ്പിച്ച ഭാരം. മറ്റുള്ളതെല്ലാം നിങ്ങൾക്ക് സ്വയം കൊണ്ടുനടക്കാം, പക്ഷെ പരമാനന്ദം പങ്കുവെക്കേണ്ടതുണ്ട്. അതാണ് ഏറ്റവും വലിയ ഭാരം-മധുരതരമെങ്കിലും പർവ്വതം പോലെ ഭാരിച്ചത്. നിങ്ങൾക്ക് തനിയെ അതു കൊണ്ടുനടക്കാനാവില്ല. അതു പങ്കുവെക്കുവാൻ നിങ്ങൾക്ക് സുഹൃത്തുക്കളെ ആവശ്യമാണ്. അപ്പോൾ ആ ബന്ധം ധനാത്മകമാണ്. അപ്പോൾ നിങ്ങൾ പ്രണയത്തിൽ വീഴുകയല്ല, പ്രണയത്തിൽ ഉയരുകയാണ് ചെയ്യുന്നത്. അപ്പോൾ ഒരു പുരുഷൻ ഒരു സ്ത്രീയുമായി പ്രണയത്തിലുയരുന്നു.

പ്രദോഷമനനം

ഡാനിയലിനെക്കുറിച്ചുള്ള കഥ മനോഹരമാണ്. ശ്രദ്ധിക്കുക, ഞാൻ അതിനെ കഥ എന്നാണ്, ചരിത്രമെന്നല്ല പറയുക, കാരണം എന്നെ സംബന്ധിച്ച് നീതികഥകൾ ചരിത്രത്തേക്കാൾ എത്രയോ പ്രസക്തമായവയാണ്. ചരിത്രം വസ്തുതകളെ മാത്രം രേഖപ്പെടുത്തുന്നു, നീതികഥകൾ സത്യങ്ങളെയാണ് രേഖപ്പെടുത്തുന്നത്.

തന്റെ സത്യത്തെ നിരാകരിക്കുവാൻ തയ്യാറാകാത്തതിന് ഡാനിയൽ സിംഹക്കൂട്ടിൽ അടയ്ക്കപ്പെട്ടു. പക്ഷെ യാതൊരു പോറലുമേൽക്കാതെ അദ്ദേഹം പുറത്തുവന്നു. ഇത് ഒന്നുമാത്രമാണ് പറയുന്നത്: സത്യത്തോടുള്ള സ്നേഹം ജീവിതത്തേക്കാൾ തന്നെയും മഹത്തരമാണ്, സത്യത്തിനുവേണ്ടി ഒരുവനു തന്റെ ജീവിതം ബലികഴിക്കുവാൻ കഴിയും.

എന്നാൽ മറിച്ച് സാധ്യവുമല്ല. ഇത് മറ്റൊരു കാര്യം കൂടി പറയുന്നുണ്ട്: മനുഷ്യൻ ഇത്രയേറെ പരിണമിച്ചിട്ടുണ്ടെങ്കിലും അടിസ്ഥാനപരമായ ജന്മവാസനകൾ അതേപടി തന്നെ നിലനിൽക്കുന്നു. ഇപ്പോഴും വിശ്വസ്തതയുള്ള ആളുകൾ ഡാനിയലിനെ പോലെ പീഡനം അനുഭവിക്കേണ്ടി വരുന്നു. കാരണം സമൂഹം ജീവിക്കുന്നത് അസത്യങ്ങളിന്മേലാണ്, സത്യവാനായ ഒരു മനുഷ്യനെ അതിന് സഹിക്കുവാനാവില്ല.

മറ്റൊരു കാര്യം, ഈ കഥ പറയുന്നു, സത്യവാനായ മനുഷ്യൻ ഭയപ്പെടേണ്ടതില്ല, അവനെ ദ്രോഹിക്കുവാൻ ഒന്നിനും സാധ്യമല്ല, സിംഹങ്ങൾക്ക് പോലും, കാരണം സത്യവാനായ മനുഷ്യൻ അവനിൽ നിത്യമായി നിലനിൽക്കുന്ന, നശിപ്പിക്കപ്പെടാൻ സാധ്യമല്ലാത്ത ചിലതുണ്ടെന്നറിയുന്നു. മരണത്തിനു പോലും അത് എടുത്തു മാറ്റുവാൻ സാധ്യമല്ല. നുണകൾക്ക് വേണ്ടി ജീവിക്കുന്നതിൽ കൊള്ളാവുന്നതായി ഒന്നുമില്ല. സത്യത്തിന് വേണ്ടി മരിക്കുക എന്നത് ജീവിതത്തിലെ അതിമഹത്തായ ആശീർവാദങ്ങളിൽ ഒന്നാകുന്നു.

പ്രഭാതമനനം

ജീവിതം ഒരു കണക്കുക്കൂട്ടലാകാം. അപ്പോൾ അത് ഗദ്യമാണ്, നിത്യസാധാരണം, വെറും അംഗ ഗണിതം, അപ്പോൾ അത് യുക്തിയാണ്. പക്ഷെ എല്ലാ കാര്യങ്ങളും ഉണങ്ങിവരണ്ടതാകുന്നു-പൂക്കളില്ല, നൃത്തമില്ല, ഗാനമില്ല. ഒരുവൻ ജീവിക്കുകയല്ല, ജീവിതം വലിച്ചുകൊണ്ടുപോവുകമാത്രമാണ് ചെയ്യുന്നത്.

പക്ഷെ, ജീവിതം ഒരു കവിതയായും, പ്രേമമായും, സംഗീതമായും, ആഘോഷമായും ജീവിക്കുവാൻ കഴിയും. അത് നമ്മുടെ തെരഞ്ഞെടുപ്പാണ്, എങ്ങനെ ജീവിക്കണമെന്നുള്ളത്. രണ്ട് തെരഞ്ഞെടുപ്പുകളും നിങ്ങളുടെ മുമ്പിൽ തുറന്നു കിടപ്പുണ്ട്.

മനുഷ്യൻ സ്വാതന്ത്ര്യമായിട്ടാണ് ജനിക്കുന്നത്. മനുഷ്യൻ ജനിക്കുന്നത് ഒരു വിധിനിയോഗത്തോടുകൂടിയല്ല. അങ്ങനെയൊരു വിധിനിയോഗമുണ്ടായിരുന്നുവെങ്കിൽ, അപ്പോൾ സ്വാതന്ത്ര്യമൊന്നുമുണ്ടാവുകയില്ലായിരുന്നു, അങ്ങനെയൊരു വിധിനിയോഗമുണ്ടായിരുന്നുവെങ്കിൽ, മനുഷ്യൻ ഒരു യന്ത്രമായേനെ. ഒരു കാറിന് ഒരു വിമാനമാകുവാൻ സാധ്യമല്ല, ഒരു വിമാനത്തിന് ഒരു കമ്പ്യൂട്ടറാകുവാൻ സാധ്യമല്ല, ഒരു കമ്പ്യൂട്ടറിന് ഒരു പാചകയന്ത്രമാകുവാൻ സാധ്യമല്ല. അവയ്ക്ക് അവയുടേതായ ഒരു വിധിനിയോഗമുണ്ട്. എല്ലാം നിശ്ചിതമാണ്, പൂർവ്വനിർണ്ണിതമാണ്; അവയ്ക്ക് ഒരു നിശ്ചിതപരിപാടി അനുസരിക്കേണ്ടതുണ്ട്.

എന്നാൽ മനുഷ്യൻ ഒരു യന്ത്രത്തെപ്പോലെയല്ല ജനിക്കുന്നത്. മനുഷ്യൻ പരിപൂർണ്ണമായ സ്വാതന്ത്ര്യമായിട്ടാണ് ജനിച്ചു വീഴുന്നത്. ഓരോ ചുവടുവെയ്പ്പിലും അവന് ഒരു തെരഞ്ഞെടുപ്പുണ്ട്. ഏറ്റവും അടിസ്ഥാനപരമായ തെരഞ്ഞെടുപ്പ് ഇതാണുതാനും:

ഗദ്യമായിട്ടാണോ, കവിതയായിട്ടാണോ ജീവിക്കേണ്ടത്; യുക്തിയായിട്ടാണോ, പ്രേമമായിട്ടാണോ ജീവിക്കേണ്ടത്; ഗണിതമായിട്ടാണോ, ഗാനമായിട്ടാണോ, പദാർത്ഥമായിട്ടാണോ, അവബോധമായിട്ടാണോ ജീവിക്കേണ്ടത്; ഒരു നിത്യസാധാരണമായ ജീവിതമാണോ അതോ പരമാനന്ദപൂർണ്ണമായ ഒരു ദിവ്യജീവിതമാണോ നയിക്കേണ്ടത്?

അതിനെക്കുറിച്ച് ബോധവാനായിത്തീരുക. ബോധപൂർവ്വം തെരഞ്ഞെടുക്കുകയും ചെയ്യുക. ധിഷണാപൂർവ്വം തെരഞ്ഞെടുക്കുക. നിങ്ങളുടെ ജീവിതം കവിതയായിത്തീരട്ടെ, അപ്പോൾ മാത്രമേ ദൈവം എന്തെന്ന് നിങ്ങൾ അറിയുകയുള്ളു. കവികൾ, ഋഷികൾ, ചിത്രകാരന്മാർ, ഗായകന്മാർ, നർത്തകന്മാർ ഇവരൊക്കെയാണ് ദൈവത്തെ അറിയുന്നത് - ഒരു ചിത്രകാരൻ താനൊരു ചിത്രകാരനാണെന്ന കാര്യം മറക്കുമ്പോൾ, ഗായകൻ താനൊരു ഗായകനാണെന്ന കാര്യം മറന്നുപോകുന്ന നിമിഷങ്ങളിൽ മാത്രം, നർത്തകൻ തന്റെ നൃത്തത്തിലേക്ക് സ്വയം അപ്രത്യക്ഷമാകുന്ന അത്തരം അപൂർവ്വവേളകളിൽ മാത്രം.

പ്രദോഷമനനം

സത്യം വിലയ്ക്കു വാങ്ങാവുന്നതല്ല. മറ്റുള്ളവരിൽ അത് ലഭിയ്ക്കുവാൻ യാതൊരു മാർഗ്ഗവുമില്ല, അത് കൈമാറ്റം ചെയ്യാവുന്നതല്ല. ഒരുവൻ അത് സ്വയം കണ്ടെത്തേണ്ടതുണ്ട്. ഒരു അധികാരശക്തിയ്ക്കും പണത്തിനും അത് വിലകൊടുത്ത് വാങ്ങുവാനാവില്ല. ഒരുവൻ തന്റെ സത്തയിലേക്ക് പ്രവേശിക്കുകയാണെങ്കിൽ അവൻ അത് കണ്ടെത്തുന്നു. വാസ്തവത്തിൽ അത് ഇപ്പോൾ തന്നെ നിങ്ങൾക്ക് നൽകപ്പെട്ടിരിക്കുന്നു, അത് വിലയ്ക്കു വാങ്ങേണ്ട കാര്യമില്ല. എല്ലാവരും അത് വാങ്ങിക്കഴിഞ്ഞിരിക്കുന്നു എന്നുള്ളതാണ് വിരോധാഭാസകരമായ തമാശ. ചിലർ അത് ക്രൈസ്തവ ചന്തയിൽ നിന്നും, ചിലർ ഹൈന്ദവ ചന്തയിൽ നിന്നും, ചിലർ ജൂതചന്തയിൽ നിന്നും വാങ്ങിയിരിക്കുന്നു. ചിലർ ഗീതയിൽനിന്ന്, ചിലർ ബൈബിളിൽനിന്ന്, ചിലർ ഖുറാനിൽ നിന്ന്. പക്ഷേ ഓർത്തുകൊള്ളുക, മറ്റുള്ളവരിൽ നിന്ന് നിങ്ങൾ വിലക്കുവാങ്ങിയിട്ടുള്ളതെല്ലാം സത്യത്തെക്കുറിച്ച് മാത്രമുള്ളതാണ് - അത് സത്യം അല്ല. നിങ്ങൾ വിലയ്ക്കു വാങ്ങിയിട്ടുള്ളത് വാക്കുകൾ മാത്രമാണ് - പൊള്ളയായ, ഉള്ളടക്കമില്ലാത്ത വാക്കുകൾ.

സത്യം സത്യമാകുന്നത് അത് നിങ്ങളുടെ അനുഭവമാകുമ്പോൾ മാത്രമാണ്. യേശുവിനത് നൽകാനാവില്ല, ബുദ്ധനത് നൽകാനാവില്ല, എനിയ്ക്കും ആവില്ല നിങ്ങൾക്കത് നൽകുവാൻ. അത് നിങ്ങൾക്ക് തരാൻ ആരെക്കൊണ്ടും സാധ്യമല്ല. അതിനുള്ള ലളിതമായ കാരണമെന്തെന്നാൽ നിങ്ങൾക്കത് ഇപ്പോൾ തന്നെ ലഭിച്ചിരിക്കുന്നു. ആവശ്യമായിട്ടുള്ള കാര്യം ഒരു ആന്തരികാന്വേഷണം മാത്രമാണ്, നിങ്ങളുടെ സത്തയുടെ അകക്കാമ്പിലേയ്ക്കുള്ള ഒരു ആന്തരികമായ കടന്നുകയറൽ - അപ്പോൾ നിങ്ങളത് കണ്ടെത്തുന്നു! അതൊരു കമ്പോളച്ചരക്കല്ലാതായിരിക്കുന്നത് നല്ലതു

തന്നെ. അത് നിങ്ങൾക്ക് നൽകുവാൻ ആരെക്കൊണ്ടും സാധ്യമല്ലാത്തത് നല്ലതുതന്നെ. അല്ലായിരുന്നെങ്കിൽ അത് കൊള്ളരുതാത്തതായിരുന്നേനെ. ആളുകൾ അവരുടെ മാതാപിതാക്കളിൽ നിന്ന് അത് പാരമ്പര്യമായി നേടിയേനെ. ആളുകൾ അവരുടെ വിൽപ്പത്രങ്ങളിൽ എഴുതി വെച്ചേനേ: ''എന്റെ സത്യത്തിന്റെ പകുതി എന്റെ ഭാര്യയ്ക്കും പകുതി എന്റെ സ്ത്രീ സുഹൃത്തിനും നൽകുന്നു. അല്ലെങ്കിൽ അത് എന്റെ ആൺമക്കൾക്കിടയിൽ തുല്യമായി വീതിയ്ക്കപ്പെടണം....'' അത് അങ്ങനെ വല്ലതുമായിത്തീർന്നേനെ. എന്നാൽ അത് അങ്ങനെയല്ല - അല്ലാത്തത് നന്നായി.

അത് തികച്ചും വൈയക്തികമാണ്: അത് നിങ്ങളുടെ പരിപൂർണ്ണമായ ഏകാന്തതയിൽ, നിങ്ങളുടെ ഉള്ളിന്റെയുള്ളിലെ ശ്രീകോവിലിൽ, ആ യഥാർത്ഥമായ ക്ഷേത്രത്തിൽ നിങ്ങൾ അതിനെ അറിയുന്നു. അവിടെ സത്യം സദാ നിങ്ങളെ കാത്തിരിപ്പുണ്ട്.

25

പ്രഭാതമനനം

പ്രണയം എല്ലാവരെയും ഒരു മഹാകവിയാക്കുന്നു. പ്രണയത്തിന് നിങ്ങളെ കവിയാക്കാൻ സാധിക്കുന്നില്ലെങ്കിൽ യാതൊന്നിനും നിങ്ങളെ കവിയാക്കുവാൻ സാധിക്കുകയില്ല. പ്രണയം നിങ്ങളുടെ സത്തയിൽ തികച്ചും വ്യത്യസ്തമായ ഒരു മാനം തുറന്നു വിടുന്നു. പ്രേമത്തെ കൂടാതെ നിങ്ങൾ തന്നെ കുടുങ്ങിപ്പോകുന്നു. ഒരിക്കൽ നിങ്ങളുടെ ജീവിതത്തിൽ പ്രണയം തുടങ്ങിക്കഴിഞ്ഞാൽ യുക്തി അപ്രത്യക്ഷമായി തുടങ്ങുന്നു, യുക്തിയുടെ ഒരു അതിവർത്തനം സംഭവിക്കുന്നു. അതുകൊണ്ടാണ് യൗക്തികമനസ്സ് പ്രേമത്തെ സദാ ഒരു ഭ്രാന്ത്, അന്ധത എന്ന് വിളിക്കുന്നത്. യുക്തി എന്നും പ്രേമത്തെ അന്ധമെന്ന്, ഭ്രാന്തെന്ന് അപലപിച്ചിട്ടുണ്ട്. അത് പ്രേമത്തെ എല്ലാത്തരം ചീത്തവാക്കുകളും വിളിച്ചിട്ടുണ്ട്. അതിനുള്ള ലളിതമായ കാരണം, ബൗദ്ധികതയ്ക്ക് പ്രേമത്തെ കാണുവാനുള്ള പ്രാപ്തിയില്ല.

അത് തികച്ചും വ്യത്യസ്തമായൊരു ലോകമാണ്. അതിന് ഗണിതവുമായി, യുക്തിയുമായി, ശാസ്ത്രവുമായി യാതൊരു ബന്ധവുമില്ല. പ്രേമം പരിമാണാതീതമാണ്, അത് അനിർണ്ണിതമാണ്. ആർക്കും കൃത്യമായി അറിയില്ല, ശരിക്കും അതെന്താണെന്ന്. അതിലേക്ക് അത്യഗാധമായി സഞ്ചരിച്ചിട്ടുള്ളവർ പോലും സ്വയം ഏതാണ്ട് ഊമയായി പോവുകയാണുണ്ടായത് – അത് ആവിഷ്ക്കാരവിധേയമല്ല.

ആ അനുഭവം മഹത്തരമാണ്. പലപല രീതികളിൽ വിസ്ഫോടനം ചെയ്യുവാൻ മാത്രം ഹർഷപൂർണ്ണമാണത്. അത് നൃത്തത്തിലൂടെ, ഗാനത്തിലൂടെ, കവിതയിലൂടെ, പെയിന്റിങ്ങിലൂടെ, ഏതെങ്കിലും തരത്തിലുള്ള സൃഷ്ടിപരതയിലൂടെ വിസ്ഫോടനം ചെയ്യാം. പ്രേമം എപ്പോഴും സൃഷ്ടിപരമാണ്. ലോകം ഇത്രയേറെ വിനാശകാരിയായിരിക്കുന്നതിനുള്ള ലളിതമായ കാരണം നാം ആളുകളെ അവരുടെ പ്രേമോർജ്ജത്തെ അടിച്ചമർത്താൻ പഠിപ്പിച്ചതാണ്. അടിച്ചമർത്തപ്പെട്ട പ്രേമം വിനാശകരമായിത്തീരുന്നു. ആവിഷ്കൃതമായ പ്രേമം സൃഷ്ടിപരതയായിത്തീരുന്നു.

പ്രദോഷമനനം

യഥാർത്ഥമായ മതം വിശ്വാസങ്ങളിൽ അധിഷ്ഠിതമല്ല. അസത്യമായ മതമാണ് വിശ്വാസങ്ങളിൽ അധിഷ്ഠിതമായിട്ടുള്ളത്. സത്യമായ മതം അനുഭവങ്ങളിൽ അടിയുറച്ചു നിൽക്കുന്നു. സത്യത്തെ അനുഭവിക്കുന്നതിൽ എല്ലാത്തരം വിശ്വാസങ്ങളും വിഘാതങ്ങളാണ്. നിങ്ങൾക്ക് നേരത്തെ തന്നെ വിശ്വാസങ്ങളുണ്ടെങ്കിൽ നിങ്ങളുടെ അന്വേഷണങ്ങൾ നിലയ്ക്കുന്നു. ഒരിക്കൽ വിശ്വാസമുണ്ടായിക്കഴിഞ്ഞാൽ നിങ്ങൾക്ക് ഇപ്പോൾത്തന്നെ അറിയാമെന്ന് നിങ്ങൾ വിചാരിച്ചു തുടങ്ങുന്നു. വിശ്വാസം എന്നാൽ നിങ്ങളുടെ സന്ദേഹങ്ങളെയെല്ലാം നിങ്ങൾ അടിച്ചമർത്തിയിരിക്കുന്നുവെന്നാണ് അർത്ഥം - എന്നാൽ നിങ്ങളുടെ സന്ദേഹങ്ങൾ സജീവമായും നവമായും യുവമായും ഇരിക്കുമ്പോൾ മാത്രമേ അന്വേഷണം ആരംഭിക്കുകയുള്ളൂ. സന്ദേഹങ്ങൾ അടിച്ചമർത്തപ്പെടരുത്. അവയെ ചവിട്ടുപടികളായി ഉപയോഗിക്കണം. അവ മോശമല്ല, അവയിൽ കുഴപ്പമൊന്നുമില്ല. എങ്കിലും ഒരാൾ എന്നെന്നേക്കും സന്ദേഹത്തിൽ തന്നെ ജീവിക്കരുത്. സത്യത്തെ കണ്ടുപിടിക്കുവാൻ സന്ദേഹങ്ങൾ ഉപയോഗപ്പെടണം. അങ്ങനെ നിങ്ങൾ സ്വയം കണ്ടെത്തുമ്പോൾ അതിന് തികച്ചും വ്യത്യസ്തമായ ഒരു സാംഗത്യമുണ്ട്, അതിന് അതിന്റേതായ തികച്ചും വ്യത്യസ്തമായൊരു സവിശേഷതയുണ്ട്. അത് അശക്തമായ വിശ്വാസമല്ല, സജീവമായ സത്യമാണ്, അത് നിങ്ങളുടെ സത്യമാകുന്നു - അതിനുവേണ്ടി നിങ്ങൾക്ക് ജീവിതം ബലികഴിക്കാം.

പ്രഭാതമനനം

ജീവിതം ജീവിതമാകുന്നത് നിങ്ങളുടെ ഉള്ളിൽ പ്രേമം കത്തിജ്വലിച്ചുകൊണ്ടിരിക്കുമ്പോൾ മാത്രമാണ്, പ്രേമത്തിന്റെ ജ്വാല നിങ്ങൾക്കു ചുറ്റും പ്രസരിക്കുവാൻ തുടങ്ങുന്നത്രയും തിളക്കമുള്ളതാകുമ്പോൾ. അതായത് അത് മറ്റുള്ളവരിൽ എത്തുവാൻ തുടങ്ങുന്നു, ആളുകൾക്കത് അനുഭവിച്ചറിയുവാൻ കഴിയുന്നു, അത് ഏതാണ്ട് ആളുകൾക്ക് തൊട്ടറിയുവാൻ തക്കവണ്ണം അത്രയും സ്പർശയോഗ്യമായിത്തീരുന്നു. അപ്പോൾ അത് നിങ്ങൾക്ക് മാത്രമല്ല അനുഗ്രഹങ്ങൾ ചൊരിയുന്നത്, അത് മറ്റുള്ളവർക്കെല്ലാം ഒരു അനുഗ്രഹമായിത്തീരുന്നു.

ഒരു യഥാർത്ഥ മനുഷ്യൻ ലോകത്തിന്, അസ്തിത്വത്തിന് എപ്പോഴും ഒരു ധന്യതയാണ്; അയാൾ വളരെയേറെ സംഭാവന ചെയ്യുന്നു. കൂടാതെ നിങ്ങൾ വല്ലതും സംഭാവന ചെയ്യുമ്പോഴല്ലാതെ നിങ്ങൾക്ക് ഒരിക്കലും പരമാനന്ദം അനുഭവപ്പെടുകയില്ല. അസ്തിത്വത്തിലേയ്ക്ക് ചിലത് സംഭാവന ചെയ്യുന്നതിലൂടെയാണ് നിങ്ങൾ സൃഷ്ടി കർത്താവിന്റെ ജോലിയിൽ പങ്കാളിയാകുന്നത്. കാരണം നിങ്ങൾ സ്വയം ഒരു സൃഷ്ടി കർത്താവായിത്തീരുകയാണ്. ഒരു സൃഷ്ടി കർത്താവായിത്തീരുകയെന്നത് ദൈവത്തിന്റെ ഭാഗമായിത്തീരലാകുന്നു-അതല്ലാതെ അതിന് മറ്റു മാർഗമില്ല.

പ്രദോഷമനനം

സത്യം എല്ലായ്പ്പോഴും അവിടെയുണ്ട്, നമ്മൾ അതിനാൽ ചൂഴപ്പെട്ടിരിക്കുന്നു; എന്നാൽ നമ്മൾ എല്ലാവരും ഉള്ളിൽ അത്രയധികം ആകുലപ്പെട്ടിരിക്കുന്നതിനാൽ നമുക്ക് അത് പ്രതിഫലിപ്പിക്കാൻ ആകുന്നില്ല. പൂർണ്ണചന്ദ്രൻ അവിടെയുണ്ട്, നക്ഷത്രങ്ങൾ അവിടെയുണ്ട്, എന്നാൽ തടാകം ആകെ അസ്വസ്ഥമായിരിക്കുന്നു. വളരെയേറെ അലമാലകൾ, അതിനാൽ പൂർണ്ണചന്ദ്രൻ അവിടെ പ്രതിഫലിക്കുന്നില്ല. അതിന് പൂർണ്ണചന്ദ്രനിൽ ആഹ്ലാദം കൊള്ളുവാൻ കഴിയുന്നില്ല, നക്ഷത്രങ്ങളിൽ അഭിരമിക്കുവാൻ കഴിയുന്നില്ല. കേവലം അതിന്റെ മുന്നിലുള്ള ആകാശത്തോട് അത് അന്ധമായി നിലകൊള്ളുന്നു. ആകെക്കൂടി ആവശ്യമുള്ളത് തടാകം ഒരല്പം നിശ്ശബ്ദമായിത്തീരലാണ്.

ഇവിടെ എന്റെ പരിശ്രമമത്രയും നിങ്ങളുടെ അവബോധത്തെ ഒരു നിശ്ശബ്ദതടാകമാക്കി മാറ്റുന്നതിൽ നിങ്ങളെ സഹായിക്കുവാനാണ്. അത് സാദ്ധ്യവുമാണ്. എനിക്ക് അത് സാദ്ധ്യമാണെങ്കിൽ നിങ്ങൾക്കും അതു സംഭവിക്കാം. ഞാൻ ഒരു അസാധാരണത്വവും അവകാശപ്പെടുന്നില്ല. അത് ഏതൊരാൾക്കും സംഭവിക്കാവുന്നതാണ് - കേവലം അൽപ്പം പരിശ്രമം മാത്രം ആവശ്യമുണ്ട്, മറ്റൊന്നുമില്ല. ജനനം കൊണ്ടുള്ള ഒരു സവിശേഷ അവകാശവും വേണ്ട. കേവലം ഒരൽപ്പം പരിശ്രമം, ഒരൽപ്പം ധിഷണാവിശേഷം, അത് എല്ലാവർക്കും നൽകപ്പെട്ടിട്ടുമുണ്ട്. അങ്ങനെ ഒരു ആന്തരിക നിശ്ശബ്ദത നിങ്ങൾ സാക്ഷാൽക്കരിക്കുന്ന നിമിഷം, അടിസ്ഥാനപരമായൊരു മാറ്റം സംഭവിക്കുന്നു. അപ്പോൾ നിങ്ങൾക്ക് പറയുവാൻ കഴിയും: ''ഞാൻ ആഹ്ലാദിക്കുന്നു!''

27

പ്രഭാതമനനം

മനുഷ്യന് രണ്ടുതരത്തിൽ ജീവിക്കുവാൻ കഴിയും: ഒന്നുകിൽ അവനൊരു നിശ്ചലമായ ഊർജ്ജ തടാകമായിത്തീരുന്നു, അല്ലെങ്കിൽ അവനൊരു ചലനാത്മകപ്രവാഹമായിത്തീരുന്നു, ഒരു ഊർജ്ജ നദിയായിത്തീരുന്നു. നിശ്ചലമായ തടാകം ഒരിക്കലും അതിനപ്പുറം ഒന്നുമറിയുന്നില്ല. കാരണം അത് ഒരിക്കലും അതിന്റെ അതിരുകൾക്കപ്പുറത്തേക്ക് നീങ്ങുന്നില്ല. ആ കെട്ടി നിൽക്കുന്ന ഊർജ്ജത്തടാകമാണ് അഹംബോധമായിത്തീരുന്നത്.

നദി പോലുള്ള പ്രവാഹം നിങ്ങളെ സദാ നിങ്ങൾക്കപ്പുറം പോകുവാൻ സഹായിക്കുന്നു. അത് അനുസ്യൂതമായൊരു അതിവർത്തനമാകുന്നു. അത് സാമുദ്രികത്തിലേയ്ക്കുള്ള ചലനമാകുന്നു, അനന്തതയിലേക്ക്, അതിർത്തികളില്ലാത്തതിലേക്ക്. ജീവിതം ഒരു പുഴ പോലെയായിരിക്കണം, സദാ ചലിച്ചു കൊണ്ടിരിക്കുന്നത്, ഒരിക്കലും അള്ളിപ്പിടിക്കാതെ, അജ്ഞാതത്തിലേക്ക് പോകുവാൻ സദാ സന്നദ്ധമായിക്കൊണ്ട്, അപരിചിതത്തിനുവേണ്ടി പരിചിതത്തെ ബലി കഴിക്കുവാൻ സദാ സന്നദ്ധമായിക്കൊണ്ട്.

ജീവിക്കുവാനുള്ള ശരിയായ മാർഗ്ഗം അപകടകരമായി ജീവിക്കലാകുന്നു, സദാ പര്യവേക്ഷണം നടത്തിക്കൊണ്ട്, എപ്പോഴും നക്ഷത്രങ്ങളെ ഉന്നം വെച്ചുകൊണ്ട്. അപ്പോൾ ജീവിതം സ്വാഭാവികമായും ധ്യാനാത്മകമായിത്തീരുന്നു. കാരണം ഓരോ നിമിഷവും അത്രമാത്രം അതിശയങ്ങൾ കൊണ്ടുവരുന്നു, ഓരോ നിമിഷവും അത്രയും നവമായിരിക്കുന്നു, നിങ്ങൾക്കൊന്നും ചിന്തിക്കുവാൻ കഴിയുന്നില്ല; നിങ്ങൾക്ക് സദാ അതിനെ നേരിടേണ്ടി വരുന്നു.

ആവർത്തനാത്മകനായ വ്യക്തിയ്ക്ക് അവന്റെ ജീവിതത്തെക്കുറിച്ച് ചിന്തിക്കുവാൻ കഴിയും, അവന്റെ ജീവിതം ആസൂത്രിതം ചെയ്യുവാൻ കഴിയും. കാരണം അവൻ പ്രവചനവിധേയനാണ്. നാളെ, അതിന്റെ നാളെ അവൻ എന്താണ് ചെയ്യാൻ പോകുന്നതെന്ന് എല്ലാവർക്കുമറിയാം. എന്നാൽ ധ്യാനാത്മകനായ വ്യക്തി പ്രവചനവിധേയനല്ല; മറ്റുള്ളവർക്ക് മാത്രമല്ല അയാൾക്കുപോലും. അടുത്ത നിമിഷത്തിൽ എന്താണ് സംഭവിക്കുവാൻ പോകുന്നതെന്ന് അയാൾക്കും അറിഞ്ഞുകൂടാ; അതിനാൽ ആസൂത്രണത്തിന്റെ, ചിന്തിക്കലിന്റെ പ്രശ്നമുദിക്കുന്നില്ല. അയാൾ ഒരു തുറന്ന ജീവിതം നയിക്കുന്നു, അയാൾ ഓരോ നിമിഷത്തേയും നവമായി, യുവമായി സ്വാഗതം ചെയ്യുന്നു. സ്വാഗതമോതുന്ന ആ ഹൃദയത്തോടു കൂടി ഒരുവൻ പതുക്കെപ്പതുക്കെ ദൈവമെന്ന് വിളിച്ചുപോരുന്ന ആ എന്തോ ഒന്നിനെക്കുറിച്ച് ബോധവാനായിത്തീരുന്നു. നിങ്ങൾക്കതിനെ ദൈവമെന്നോ, സത്യമെന്നോ, നിർവ്വാണമെന്നോ, ബോധോദയമെന്നോ വിളിക്കാം - ഒരു കാര്യത്തെ സൂചിപ്പിക്കുന്ന പലപല പേരുകൾ.

പ്രദോഷമനനം

ഓർത്തിരിക്കേണ്ട ഒരേയൊരു കാര്യം ഇതാണ്, അറിവ് എന്നാൽ വിവരശേഖരം മാത്രമുൾക്കൊള്ളുന്നതല്ല. മറ്റുള്ളവരിൽ നിന്ന് പഠിക്കലല്ല അത്, മറിച്ച് ഒരു നിഷ്പഠനത്തിന്റെ പ്രക്രിയയാണതിൽ അടങ്ങിയിരിക്കുന്നത്. ഒരുവൻ യഥാർത്ഥത്തിൽ ഒരു അറിയുന്നവൻ ആയിത്തീരുന്നത്, അയാൾ വീണ്ടും ഒരു കൊച്ചു കുഞ്ഞിനെപ്പോലെ നിഷ്കളങ്കനായിത്തീരുമ്പോഴാണ്. അവബോധത്തിന്റെ ദർപ്പണം പരിപൂർണ്ണമായും ഉള്ളടക്കരഹിതമായിരിക്കുമ്പോൾ അവബോധതടാകത്തിൽ യാതൊരു അലമാലകളുമില്ലാതിരിക്കുമ്പോൾ, ഒരു കുഞ്ഞോളംപോലും ഇല്ലാതിരിക്കുമ്പോൾ, അപ്പോൾ ആകാശം മുഴുവനും, അസ്തിത്വമാകെത്തന്നെ, അതിന്റെ മഹനീയതയോടെ, അതിന്റെ എല്ലാ സൗന്ദര്യത്തോടും കൂടി, എല്ലാ പ്രൗഢിയോടും കൂടി നിങ്ങളിൽ പ്രതിഫലിക്കപ്പെടുന്നു.

ആ അനുഭവമത്രെ ദൈവം. ഒഴിഞ്ഞവനായി വർത്തിക്കുക, നിശ്ചലനായി വർത്തിക്കുക. വാസ്തവത്തിൽ ഇല്ലാത്തവനായി വർത്തിക്കുക. വെറുമൊരു ഒന്നുമില്ലായ്മയായി വർത്തിക്കുക. അങ്ങനെ സമ്പൂർണ്ണതയ്ക്ക് നിങ്ങളിലേക്ക് ഇറങ്ങിവരാൻ സാധിക്കുമാറാകട്ടെ, അങ്ങനെ സമ്പൂർണ്ണതയ്ക്ക് നിങ്ങളുടെ അവബോധത്തിൽ പ്രതിഫലിക്കുവാൻ കഴിയട്ടെ. ആ അനുഭവം മാത്രമാണ് മതാത്മകമായ ഒരേയൊരനുഭവം, ആദ്ധ്യാത്മികമായ ഒരേയൊരനുഭവം. അത് നിങ്ങൾക്ക് ദൈവത്തെക്കുറിച്ചുള്ള ഒരു ഉറപ്പ് നൽകുന്നു, വിശ്വാസമല്ല പരിപൂർണ്ണമായ ഉറപ്പ്. അത് നിങ്ങൾക്ക് പരിപൂർണ്ണമായ വ്യക്തത നൽകുന്നു. ദൈവം നിങ്ങളുടെ സ്വന്തം അനുഭവമായിത്തീരുന്നു. യേശു അങ്ങനെ പറയുന്നുവെന്നോ, ബുദ്ധൻ അങ്ങ

നെ പറയുന്നുവെന്നോ, അല്ലെങ്കിൽ ഞാൻ അങ്ങനെ പറയുന്നുവെന്നോ ഉള്ളതല്ല. മറിച്ച് നിങ്ങൾ അത് അറിയുന്നു. ആ അനുഭവം നിങ്ങളുടെ നട്ടെല്ലിനുള്ളിലേയ്ക്ക് കടന്നുചെല്ലുന്നു, അത് നിങ്ങളുടെ സത്തയുടെ ഭാഗമായിത്തീരുന്നു. അപ്പോൾ മാത്രമാണ് ലക്ഷ്യം സാക്ഷാൽക്കരിക്കപ്പെടുന്നത്, ജീവിതം സഫലീകൃതമാകുന്നത്.

പ്രഭാതമനനം

ഒരു മനുഷ്യൻ തന്റെ ജീവിതം ഒരു നിശ്ചിത മനോഭാവത്തിനായി, സമീപനത്തിനായി സമർപ്പിക്കുമ്പോഴൊക്കെയും, സത്യം കണ്ടെത്തുവാനായി പരിശ്രമിക്കുന്ന ഒരു വ്യക്തി ഉണ്ടാകുമ്പോഴൊക്കെയും, ഉടനെത്തന്നെ സമൂഹം അയാൾക്കെതിരായിത്തീരുന്നു. അത് അവനോട് പകരം വീട്ടുവാൻ തുടങ്ങുന്നു, അയാൾക്ക് മാപ്പുകൊടുക്കുവാൻ അതിന് കഴിയുന്നില്ല. കാരണം സമൂഹം ജീവിക്കുന്നത് നുണകളിന്മേലാണ് - സത്യത്തോട് പ്രതിജ്ഞാബദ്ധനായ മനുഷ്യനാകട്ടെ എല്ലാ സ്ഥാപിതതാൽപ്പര്യങ്ങൾക്കും ഒരപകടമായിത്തീരുകയും ചെയ്യുന്നു. അവൻ വധിക്കപ്പെടണം.

ഇന്നേവരെ മനുഷ്യൻ ചെയ്തുകൊണ്ടിരുന്നത് അതാണ്. അവൻ ഒരല്പം പോലും മാറിയിട്ടില്ല, ഇന്നും അവൻ അങ്ങനെത്തന്നെ. മറ്റു മണ്ഡലങ്ങളിൽ ഏറെ പുരോഗതിയുണ്ടായിട്ടുണ്ട് - സാങ്കേതികമായി, ശാസ്ത്രപരമായി മനുഷ്യൻ ഇന്ന് വളരെയധികം മുന്നേറിയിരിക്കുന്നു. എന്നാൽ മന:ശാസ്ത്രപരമായി അവൻ എന്നെത്തേയും പോലെ കിരാതനാണിന്നും.

എന്നാൽ ഈ മുഴുവൻ കാര്യങ്ങളെക്കുറിച്ചും ഒരു സംഗതി വ്യക്തമായി പറയാം: സത്യാന്വേഷണത്തിൽ നിങ്ങൾ എത്രമാത്രം വേട്ടയാടപ്പെടുന്നുവോ, അതിനോടുള്ള നിങ്ങളുടെ പ്രേമം അത്രകണ്ട് അഗാധമായിത്തീരുന്നു. നിങ്ങൾ കൂടുതൽ ഘനീഭവിക്കുവാൻ തുടങ്ങുന്നു, നിങ്ങൾ ഒരു ആത്മാവായിത്തീരാൻ തുടങ്ങുന്നു, നിങ്ങൾക്ക് ഒരു കേന്ദ്രമുണ്ടാകുവാൻ തുടങ്ങുന്നു. പീഡിപ്പിക്കപ്പെടുന്നതിനനുസരിച്ച്, വേട്ടയാടപ്പെടുന്നതിനനുസരിച്ച് നിങ്ങൾ നിങ്ങളുടെ സത്യത്തോട് പ്രതിജ്ഞാബദ്ധരായിത്തീരുന്നു, നിങ്ങൾ

അത്രകണ്ട് അതിൽ അടിയുറച്ചവനായിത്തീരുന്നു, അതിന്റെ സാധുതയെക്കുറിച്ച് നിങ്ങൾക്ക് അത്രമാത്രം ഉറപ്പുണ്ടാകുന്നു. കാരണം അത് സത്യമല്ലായിരുന്നുവെങ്കിൽ ആളുകൾ നിങ്ങളെക്കുറിച്ച് ഗൗനിക്കുകയേ ഇല്ലായിരുന്നു. ഇത്രയേറെ ആളുകൾ നിങ്ങളെക്കുറിച്ച് വ്യാകുലരായിത്തീരുകയും അവർക്ക് നിങ്ങളെ സഹിക്കുവാൻ കഴിയാതെ വരികയും ചെയ്യുന്നുണ്ടെങ്കിൽ അത് കേവലം തെളിയിക്കുന്നത്, നിങ്ങൾ പ്രസക്തമായ എന്തോ ഒന്നിലേക്കാണ് ചുവടുവെച്ചിരിക്കുന്നത് എന്നത്രേ. സത്യത്തെക്കുറിച്ച് മാത്രമാണ്, മറ്റൊന്നിനെക്കുറിച്ചുമല്ല ആളുകൾ ഭയാലുക്കളായിരിക്കുന്നത്.

പ്രദോഷമനനം

ഒരുവൻ ഒരു ഒന്നുമല്ലാത്തവനായിത്തീരുവാൻ സന്നദ്ധനാണെങ്കിൽ, അപ്പോൾ അയാൾ അതിമഹാനായിത്തീരുന്നു. ഒന്നുമല്ലാതിരിക്കുക, അപ്പോൾ നിങ്ങൾ എല്ലാമാണ്, ഒന്നുമല്ലാത്തവനായി വർത്തിക്കുക, അപ്പോൾ അതിഗംഭീരമായ അസാധാരണത്വത്തെ നിങ്ങൾ സാക്ഷാൽക്കരിക്കുന്നു. കേവലം ഒഴിഞ്ഞിരിക്കുന്നവനായി വർത്തിക്കുക, അപ്പോൾ നിങ്ങളിലെ അതിമഹനീയതയെ, ആ പരമോന്നതത്തെ, നിങ്ങൾ അറിയുവാൻ ഇടവരും. എന്നാൽ ഓർത്തുകൊള്ളുക: മഹാത്മാവായിത്തീരുന്നതിനു വേണ്ടി ഒന്നുമല്ലാത്തവനായി വർത്തിക്കരുത്, കാരണം അപ്പോൾ നിങ്ങൾക്ക് ഒന്നുമല്ലാത്തവനാകുവാൻ കഴിയുകയില്ല. ഒന്നുമല്ലാത്തവനായിരിക്കുക എന്നാൽ അതിമഹത്തായി തീരുന്നതിനുവേണ്ടി അതിനെ ഒരു മാർഗ്ഗമാക്കുക എന്നല്ല. ആ മഹത്വം ഒരു ഉപോൽപ്പന്നമാണ്, അത് ലക്ഷ്യമല്ല, അന്ത്യമല്ല.

അതൊരു സുഗന്ധം പോലെയാണ്. പുഷ്പമാണ് അന്ത്യം, നിങ്ങളുടെ അവബോധത്തിന്റെ പുഷ്പീകരണം, അതാണ് എല്ലാം, അപ്പോൾ പൊടുന്നനെ അവിടെ പരിമളം ഉണ്ടാകുന്നു. നിങ്ങൾ ആ പരിമളത്തെ അന്വേഷിച്ചുപോവുകയാണെങ്കിൽ, പുഷ്പം നിങ്ങൾക്ക് നഷ്ടമാകും. പുഷ്പമില്ലാതെ പരിമളവുമില്ല. പുഷ്പത്തെയാണ് നിങ്ങൾ അന്വേഷിക്കുന്നതെങ്കിൽ പരിമളം അതിന്റെ വഴിയ്ക്ക് സ്വയമേവ വന്നുചേർന്നുകൊള്ളും.

ഒരുവൻ എളിമയുള്ളവനും വിനീതനും ഒന്നുമല്ലാത്തവനുമായിരിക്കുമ്പോൾ ആ രാജ്യത്തിന്റെ കവാടം തുറക്കപ്പെടുന്നു, അപ്പോൾ നിങ്ങൾ ഒരു ദൈവികാതിഥി ആകുന്നു. അപ്പോൾ പൊടുന്നനെ നിങ്ങൾ ജീവിതത്തിന്റെ ഉച്ചശ്രൃംഗത്തിലേയ്ക്ക്

ഉയർത്തപ്പെടുന്നു. എന്നാൽ അത് ഒരു ഉപോൽപ്പന്ന മായി വന്നുചേരുന്നതാണ്. ദൈവരാജ്യത്തെ സാക്ഷാ ൽക്കരിക്കുക എന്നത് ഒരു ലക്ഷ്യമല്ല. അതിനെക്കുറി ച്ച് എല്ലാം മറന്നു കളയുക. എന്റെ ശിക്ഷണം മുഴുവ നും ഒരു ഒന്നുമല്ലാത്തവനായിത്തീരുക എന്നുമാത്ര മാണ്. നിങ്ങളുടെ സത്തയുടെ അകത്തളത്തിൽ നിന്ന് പഴകി ദ്രവിച്ച വീട്ടുപകരണങ്ങൾ ഒന്നൊന്നായി പുറത്തേയ്ക്ക് വലിച്ചെറിഞ്ഞു കൊണ്ടേയിരിക്കുക യും ഉള്ളിൽ ഒരുപാട് ഇടമുള്ളവനായി വർത്തിക്കു കയും ചെയ്യുക.

ആ ഇടം നിങ്ങളുടെ സത്തയാൽ നിറഞ്ഞു കവി ഞ്ഞൊഴുകുകയും ചെയ്യുന്നു. കാരണം ഇപ്പോൾ സത്തയ്ക്ക് വളരുവാൻ കഴിയും, അതിന് വളരുവാൻ അവിടെ ഇടമുണ്ട്. സത്തയ്ക്ക് ഇപ്പോൾ അതിന്റെ ഇതളുകൾ വിടർത്തുവാൻ കഴിയുന്നു, അതിന് ഒരു സഹസ്രദലപത്മമായിത്തീരുവാൻ കഴിയുന്നു. അപ്പോ ൾ ഉള്ളിൽ മഹത്തായൊരു നൃത്തം, മഹത്തായൊരു സംഗീതമേള, മഹത്തായൊരു കാവ്യമേള നടക്കുന്നു. അവിടെ മഹത്തായൊരു സൗന്ദര്യവും കൃപാകടാ ക്ഷവും ഉണ്ടാകുന്നു. അപ്പോൾ തടവിലാക്കപ്പെട്ട മുഴുവൻ സൗന്ദര്യവും പുറത്തേക്ക് വമിക്കുകയും ചെയ്യുന്നു. കാരണം അതിന് തടസ്സം നിൽക്കുവാൻ ഇപ്പോൾ അവിടെ വേലിക്കെട്ടുകളൊന്നുമില്ല. നിങ്ങൾ വികാസാത്മകനായിത്തീരുന്നു. ജീവിതം പ്രകാശ ത്തിന്റെ, പ്രേമത്തിന്റെ, പരമാനന്ദത്തിന്റെ ഒരു വമ്പിച്ച വിസ്ഫോടനമായിത്തീരുന്നു.

പ്രഭാതമനനം

മനുഷ്യൻ ഒരു വിചിത്രജന്തുവാണ്. അവൻ എല്ലാ കാര്യങ്ങളും പര്യവേക്ഷണം ചെയ്യുന്നു. അവൻ എവറസ്റ്റിലേക്ക് പോകും, അവൻ ഉത്തരധ്രുവത്തിലേക്ക് പോകും, അവൻ ചന്ദ്രനിലേക്ക് പോകും, എന്നാൽ അവൻ ഒരിക്കലും സ്വന്തം ഉള്ളിലേക്ക് പോകുന്ന കാര്യം ചിന്തിക്കുക പോലുമില്ല. അതാണ് മനുഷ്യന്റെ ഏറ്റവും വലിയ രോഗം.

അവനാൽ പര്യവേക്ഷിക്കപ്പെടാതെ വിടുന്ന ഒരേയൊരു സ്ഥലം അവന്റെ സ്വന്തം ആന്തരികലോകമാണ് - യഥാർത്ഥമായ നിധി അവിടെയാണുള്ളതും. സ്വന്തം സത്തയുടെ ശ്രീകോവിലിനുള്ളിലേക്ക് പ്രവേശിക്കാത്തിടത്തോളം ഒരുവന്റെ ജീവിതം വെറുമൊരു പാഴ്‌വേലയാണ്, മതിക്കപ്പെടാൻ ആവാത്ത പാഴ്‌വേല. അത്തരമൊരു സുവർണ്ണാവസരമാണ് നമുക്ക് നഷ്ടമായിക്കൊണ്ടിരിക്കുന്നത്, ആ സുവർണ്ണാവസരം നഷ്ടപ്പെടുന്നതിനെക്കുറിച്ച് നാം ബോധവാന്മാർ പോലുമല്ല. അമൂല്യമായതെല്ലാം വലിച്ചെറിഞ്ഞുകൊണ്ടിരിക്കുകയും വിലയില്ലാത്ത വസ്തുക്കൾ ശേഖരിച്ചുകൊണ്ടിരിക്കുകയും ചെയ്യുവാൻ മാത്രം അബോധവാന്മാരായിട്ടാണ് നാം ജീവിക്കുന്നത്.

പ്രാചീനഗ്രന്ഥങ്ങൾ ശേഖരിച്ചു കൊണ്ടിരിക്കുന്ന ആളുകളുണ്ട്. അവ എത്രകണ്ട് പ്രാചീനമാണോ അത്രയും നല്ലതായിട്ടാണ് ഗണിക്കപ്പെടുന്നത്. നാണയങ്ങളും കറൻസികളും ശേഖരിക്കുന്നവരുണ്ട്, എല്ലാത്തരം മണ്ടത്തരങ്ങളും നടന്നുകൊണ്ടിരിക്കുന്നു. വാസ്തവത്തിൽ അവരെല്ലാം അന്വേഷിച്ചുകൊണ്ടിരിക്കുന്നത് അവരുടെ സ്വന്തം അതിപ്രാചീനമായ നിധി തന്നെയാണ്. എന്നാൽ ആ അന്വേഷണം ഒരു തെറ്റായ ദിശയിലാണെന്നു മാത്രം.

അന്വേഷിക്കപ്പെടാൻ യോഗ്യമായ ഒരേയൊരു

നിധി നിങ്ങളുടെ സ്വന്തം പ്രകൃതമാകുന്നു. യഥാർത്ഥ മായ സാഹസികപരിശ്രമം നിങ്ങളുടെ ആന്തരികത യിലേക്ക് പോകലാണ്. ഒരിക്കൽ അത് നിങ്ങളുടെ പ്രതിജ്ഞാബദ്ധതയായിത്തീരുമ്പോൾ -മനപൂർവ്വ കമായ, ബോധപൂർവ്വകമായ ഒരു പ്രതിജ്ഞാബദ്ധത -''എന്തുതന്നെ സംഭവിച്ചാലും എനിക്ക് എന്നെ, എന്റെ പ്രകൃതത്തെ, എന്റെ സത്തയെ സ്വയം കണ്ടെ ത്തണം; ഈ ജീവിതത്തിന്റെ സുവർണ്ണാവസരം ഞാൻ നഷ്ടപ്പെടുത്തുകയില്ല'' എന്ന ഒരു ഉറച്ച തീരു മാനം. ഈ തീരുമാനം വ്യക്തമായി അവിടെ ഉണ്ടാ കുമ്പോൾ നിങ്ങളുടെ ഊർജ്ജങ്ങൾ എല്ലാം അതി ലേക്ക് വർഷിക്കപ്പെട്ട് തുടങ്ങുന്നു, പരാജയപ്പെടുവാൻ യാതൊരു കാരണവുമില്ല. ആരും ഇന്നേവരെ പരാ ജയപ്പെട്ടിട്ടുമില്ല. ആന്തരികാന്വേഷണത്തിനായി സ്വന്തം ഊർജ്ജങ്ങളെ പ്രയോഗിച്ചിട്ടുള്ളവരെല്ലാം തന്നെ എന്നും സ്വയം കണ്ടെത്തിയിട്ടുണ്ട്.

പ്രദോഷമനനം

നന്നേ ചെറുപ്പം മുതൽക്കുതന്നെ നമ്മെ പഠിപ്പിക്കുന്നത് ഈ ലോകത്ത് ഒരു പേര് ഉണ്ടാക്കണം, പ്രശസ്തനായിത്തീരണം, നാട്ടിൽ അറിയപ്പെടണം, ജീവിതവിജയം നേടണം, പ്രധാനമന്ത്രിയോ പ്രസിഡണ്ടോ ആകണം, നോബൽ സമ്മാനജേതാവാകണം എന്നൊക്കെയാണ്- വിശേഷാൽ ആരെങ്കിലും ഒന്നായിത്തീരണം. ഓരോ കുട്ടിയും ഈ വിധത്തിൽ ആരോ ആയിത്തീരണം എന്ന ആശയം കൊണ്ട് വിഷമേൽപ്പിക്കപ്പെടുന്നു. എന്നാൽ യാഥാർത്ഥ്യം നാം ആരുമല്ല എന്നുള്ളതാണ്. ആ യാഥാർത്ഥ്യമാകട്ടെ അതിമനോഹരവുമാണ്! കേവലം ഒരു ആരുമല്ലാത്തവനായി വർത്തിക്കുക എന്നത് അതിരറ്റ ആനന്ദഹർഷവും ആഹ്ലാദവുമാണ് കൊണ്ടുവരുന്നത്, ഒരുവനത് സങ്കൽപ്പിക്കുവാൻ പോലും സാദ്ധ്യമല്ല.

പ്രശസ്തി യാതൊന്നും കൊണ്ടുവരുന്നില്ല. അതൊരു മണ്ടൻ കളിയാണ്, ബാലിശവും അപക്വവുമായ ഒരു വിനോദം.

യഥാർത്ഥനേട്ടം എന്നതിന് ഞാൻ നൽകുന്ന നിർവ്വചനം മരണത്താൽ എടുത്തുമാറ്റാൻ കഴിയാത്തത് എന്നത്രേ. മരണത്തിന് എടുത്തുമാറ്റുവാൻ കഴിയുന്ന എന്തെങ്കിലും ഒന്ന് ഒരു യഥാർത്ഥനേട്ടമല്ല, മറിച്ച് ഒരു കപടനേട്ടമാണത്, കളിക്കുവാനുള്ള കളിപ്പാട്ടങ്ങൾ. ഈ നിമിഷം മുതൽ ഒരു ആരുമല്ലാത്തവൻ ആയിത്തീരുക, ആരുമല്ലാത്തതിൽ അഭിരമിക്കുക, അതു കൊണ്ടുവരുന്ന സ്വാതന്ത്ര്യം അനുഭവിക്കുക. ആരാലും അറിയപ്പെടാത്തവനായിരിക്കുന്നതിന്റെ ആനന്ദം കണ്ടെത്തുക! ഒരു വേവലാതിയുമില്ല, ഒരു ഉൽക്കണ്ഠയുമില്ല. കാരണം അവിടെ അഹംബോധമൊന്നുമില്ലാത്തതിനാൽ നിങ്ങൾക്ക് ഒരു മുറിപ്പെടലുമുണ്ടാവുന്നില്ല. യാതൊന്നിനും നിങ്ങളെ മുറിപ്പെ

ടുത്താനാവില്ല. ആരെങ്കിലും നിങ്ങളെ അപമാനിക്കുകയാണെങ്കിൽ അവിടെ നിന്നു കൊണ്ട് നിങ്ങൾക്കത് കണ്ടു ആസ്വദിക്കാം. കാരണം മുറിപ്പെട്ടതായി തോന്നുവാൻ നിങ്ങൾക്കുള്ളിൽ ആരുമില്ല, വ്രണപ്പെടുവാനായി അവിടെ ആരുമില്ല. നിങ്ങൾക്ക് അത് കണ്ടു ആസ്വദിച്ചു ചിരിക്കാം.

ഒരുവൻ തന്നെ അപമാനിക്കുന്നതു കണ്ടാസ്വദിക്കുകയും ചിരിക്കുകയും ചെയ്യുവാൻ കഴിയുന്ന ദിനം അയാൾ ചിലത് നേടുക തന്നെ ചെയ്യുന്നു, അയാൾ നിത്യതയുടെ ഭാഗമായിത്തീർന്നിരിക്കുന്നു. അയാൾ അമർത്ത്യന്മാരുടെ ലോകത്തിലേക്ക് പ്രവേശിച്ചു കഴിഞ്ഞു.

പ്രഭാതമനനം

പുറമേ ഒരു സൂര്യനുള്ളതുപോലെ തന്നെ അകമേയും ഒരു സൂര്യനുണ്ട്. പുറത്തുള്ള സൂര്യൻ ഉദിക്കുകയും അസ്തമിക്കുകയും ചെയ്യുന്നു. എന്നാൽ അകത്തെ സൂര്യൻ എപ്പോഴും അവിടെ ഉണ്ട്. അതൊരിക്കലും ഉദിച്ചുയരുന്നില്ല, ഒരിക്കലും അസ്തമിക്കുന്നുമില്ല – അത് നിത്യമാണ്. ആന്തരിക പ്രകാശത്തെയും അതിന്റെ ഉറവിടത്തെയും അറിയാത്തിടത്തോളം നാം ജീവിക്കുന്നത് അന്ധകാരത്തിലാണ്.

ഉള്ളിലേക്ക് നീങ്ങുവാനായി സാദ്ധ്യമായ എല്ലാ പരിശ്രമങ്ങളും നടത്തുക. തുടക്കത്തിൽ അത് വളരെ ശ്രമകരമാണ്, പക്ഷേ അത് തുടക്കത്തിൽ മാത്രം. മറ്റ് ഏതൊരു കലയും പഠിക്കുന്നതുപോലെയാണ അതും. നീന്തൽ പഠിക്കുന്നത് തുടക്കത്തിൽ വളരെ പ്രയാസകരമായിരിക്കും. എന്നാൽ ഒരിക്കൽ ആ പാടവം ലഭിച്ചു കഴിഞ്ഞാൽ അത് വളരെ അനായാസമാണ്. പിൽക്കാലത്ത് ഒരുവന് അത്ഭുതം തോന്നും, എന്തുകൊണ്ടായിരുന്നു ആദ്യം അത് അത്രയും പ്രയാസമായത് എന്ന്. എന്നാൽ പഠിച്ചു കഴിഞ്ഞാൽ ഒരുവന് കേവലം വെള്ളത്തിൽ പൊങ്ങിക്കിടക്കാൻ കഴിയും, എന്തെങ്കിലും ചെയ്യേണ്ട ആവശ്യമേയില്ല.

അങ്ങനെത്തന്നെയാണ് ഉള്ളിലും അത് സംഭവിക്കാൻ തുടങ്ങുന്നത്. തുടക്കത്തിൽ മാത്രം അൽപ്പം ശ്രമം ആവശ്യമുണ്ടാകും, ഒരൽപ്പം പോരാട്ടം. താമസിയാതെ ഉള്ളിലേക്ക് ഒഴുകിക്കൊണ്ടിരിക്കുന്ന ആ നദിയിൽ ഒരുവന് കേവലം പൊങ്ങിക്കിടക്കുവാൻ കഴിയും. അത് നിങ്ങളെ ആഴത്തിലുള്ള പരമാനന്ദമണ്ഡലത്തിലേക്ക് കൊണ്ടുപോകുന്നു, കൂടുതൽ കൂടുതൽ പ്രകാശത്തിലേക്ക്, നിത്യതയിലേക്ക്, ദൈവത്തിലേക്ക് കൊണ്ടുപോകുന്നു.

പ്രദോഷമനനം

നിങ്ങൾക്ക് കാണുവാൻ കണ്ണുകൾ ഉണ്ടെങ്കിൽ നിങ്ങൾ അത്ഭുതപ്പെടും, ഒരു യാചകൻപോലും വെറുമൊരു യാചകനല്ല, അവനും ഒരു മനുഷ്യജീവിയാണ്. അവൻ പ്രേമം അനുഭവിച്ചിട്ടുണ്ട്, കോപം അനുഭവിച്ചിട്ടുണ്ട്, ആയിരത്തൊന്ന് കാര്യങ്ങൾ അവൻ അനുഭവിച്ചിട്ടുണ്ട്, ചക്രവർത്തികൾക്കു പോലും അസൂയ തോന്നാവുന്നത്. അവന്റെ ജീവിതം വായിക്കുന്നത് നന്നായിരിക്കും, നിരീക്ഷിക്കുന്നത് നന്നായിരിക്കും, അത് മനസ്സിലാക്കുന്നത് നന്നായിരിക്കും, കാരണം അവന്റെ ജീവിതവും നിങ്ങളുടെ ജീവിതംപോലെ തന്നെ ഒരു സാദ്ധ്യതാശേഷിയാണ്.

ഓരോ വ്യക്തിയും ഓരോ സാദ്ധ്യതയെയാണ് ജീവിച്ചു തീർക്കുന്നത്. ഒരു ഒറ്റ സാദ്ധ്യതാശേഷിയെ വാസ്തവികമായി പരിവർത്തിപ്പിക്കുകയാണയാൾ. ആ സാദ്ധ്യതകൾ എല്ലാം നിങ്ങളുടേത് കൂടിയാണ്. നിങ്ങൾക്ക് ഒരു അഡോൾഫ് ഹിറ്റ്ലർ ആകുവാൻ കഴിയും, നിങ്ങൾക്ക് ഒരു യേശുക്രിസ്തുവും ആകുവാൻ കഴിയും - രണ്ട് കവാടങ്ങളും തുറന്നു കിടപ്പുണ്ട്. ഒരുവൻ ഒരു കവാടത്തിലൂടെ പ്രവേശിച്ചു, മറ്റൊരാൾ മറ്റൊരു കവാടത്തിലൂടെയും. രണ്ട് കവാടങ്ങളും നിങ്ങൾക്ക് മുമ്പിൽ തുറന്ന് കിടപ്പുണ്ട്. അതിനാൽ ഞാൻ ഗൗതമബുദ്ധനിൽ താൽപ്പര്യവാനായിരിക്കുന്ന അത്രതന്നെ അഡോൾഫ് ഹിറ്റ്ലറിലും തൽപ്പരനാണ്. എനിക്ക് യേശുവിൽ താൽപ്പര്യമുണ്ട്, എന്നാൽ എനിക്ക് യൂദാസ്സിലും താൽപ്പര്യമുണ്ട്. കാരണം ഓരോ മനുഷ്യജീവിയും എന്റെ സാദ്ധ്യതയാണ്.

ഒരാൾ ഇതിനെക്കുറിച്ച് മനസ്സിലാക്കേണ്ടതുണ്ട്, അപ്പോൾ ഈ പ്രപഞ്ചം മുഴുവനും ഒരു സർവ്വകലാശാലയായിത്തീരുന്നു. സർവ്വകലാശാലയ്ക്ക് ഇംഗ്ലീഷിലുള്ള വാക്ക് കൃത്യമായും ഈ അർത്ഥം യോജി

പ്പിക്കുന്നുണ്ട് - യൂണിവേഴ്സ്, യൂണിവേഴ്സിറ്റി. യൂണിവേഴ്സിറ്റി എന്ന വാക്ക് വരുന്നത് യൂണിവേഴ്സ് എന്ന വാക്കിൽ നിന്നാണ്. അപ്പോൾ എല്ലാ സന്ദർഭങ്ങളും പഠനസന്ദർഭങ്ങളായിത്തീരുന്നു, എല്ലാ വെല്ലുവിളികളും വളർച്ചാവെല്ലുവിളികളായി തീരുന്നു. അങ്ങനെ പതുക്കെപ്പതുക്കെ ഒരുവൻ സ്വയം സൃഷ്ടിക്കുന്നു.

നമ്മൾ എല്ലാം ജനിക്കപ്പെടുന്നത് വെറും അവസരങ്ങൾ മാത്രമായിട്ടാണ്, അതിനുശേഷം എല്ലാം നമ്മെ ആശ്രയിച്ചിരിക്കുന്നു, നമ്മൾ എന്താണ് ആയിത്തീരുവാൻ പോകുന്നത്, ഇതിന്റെയെല്ലാം അവസാനഫലം എന്തായിരിക്കും എന്നുള്ളത് നമ്മെ ആശ്രയിച്ചിരിക്കുന്നു.

പ്രഭാതമനനം

വ്യക്തി ഒരു ഇടനാഴികയാണ്, കൂട്ടായതിൽ നിന്ന് പ്രാപഞ്ചികത്തിലേയ്ക്കുള്ള ഒരു പാലം. അത് നിങ്ങളെ കൂട്ടായതിൽ നിന്ന് മോചിപ്പിക്കുന്നു, അങ്ങനെ ഒരിക്കൽ കൂട്ടായതിൽ നിന്ന് മോചിതനായി കഴിഞ്ഞാൽ നിങ്ങളൊരു വ്യക്തിയായിരിക്കേണ്ട ആവശ്യമില്ല. നിങ്ങൾക്ക് സമ്പൂർണ്ണതയിലേക്ക് വിലയം പ്രാപിക്കാം. അതാണ് വൈയക്തികതയുടെ ദിവ്യാത്ഭുതം. അത് നിങ്ങളെ കൂട്ടായതിൽ നിന്ന് സ്വതന്ത്രനാക്കുന്നു, അതിനുശേഷം അത് സ്വയമേവ മരിച്ചുപോവുകയും ചെയ്യുന്നു. കാരണം അതിന്റെ ആവശ്യങ്ങൾ നിറവേറപ്പെട്ടിരിക്കുന്നു, അതിനെ ഇനി ആവശ്യമില്ല. അത് ഔഷധികമാണ്, അത് രോഗത്തെ നശിപ്പിക്കുന്നു, അതിനുശേഷം നിങ്ങൾ ഔഷധത്തെ ഉപേക്ഷിക്കുന്നു.

നിങ്ങളുടെ യഥാർത്ഥവിജയം എന്നാൽ ദൈവത്തിന്റെ വിജയമെന്നാണർത്ഥം. നിങ്ങളുടെ യഥാർത്ഥ വിജയമെന്നാൽ ദൈവം കൂട്ടായതിന്മേൽ, മൃതമായതിന്മേൽ വിജയം വരിച്ചിരിക്കുന്നു എന്നർത്ഥം.

ആദ്യം സമൂഹത്തിൽ നിന്ന് സ്വതന്ത്രനായിത്തീരുക, അതിനുശേഷം സ്വത്വത്തിൽ നിന്ന് സ്വതന്ത്രനായിത്തീരുക. സ്വത്വമില്ലായ്മയിൽ, മനമില്ലായ്മയിൽ അർപ്പിക്കുക എന്നത് ദൈവത്തിൽ വർത്തിക്കൽ ആകുന്നു- അതാണ് നമ്മുടെ വിജയം. അതിനുശേഷം യാതൊരു ദുഃഖവുമില്ല, യാതൊരു വ്യഥയുമില്ല. അപ്പോൾ എല്ലാം ആനന്ദവും ആഹ്ലാദവും ശാന്തിയും സമാധാനവും ആകുന്നു. അത് നിത്യവുമാണ്, എന്നെന്നേക്കുമായത്.

പ്രദോഷമനനം

ജീവിതത്തിലെ ആദ്യത്തെ ഏഴുവർഷങ്ങൾ ഏറ്റവും പ്രാധാന്യമേറിയ കാലമാണ്. ഒരു വ്യക്തി എഴുപതു വർഷം ജീവിച്ചിരിക്കുന്നുണ്ടെങ്കിൽ ആ എഴുപത് വർഷങ്ങളിലേക്കുള്ള അയാളുടെ ആദ്യത്തെ ഏഴ് വർഷങ്ങൾ നിർണ്ണായകമായിരിക്കും. കാരണം വ്യത്യസ്തവിതാനങ്ങളിൽ അയാൾ അതേ ശൈലിതന്നെ ആവർത്തിച്ചു കൊണ്ടിരിക്കും. അയാൾ തന്റെ ഭാര്യയെ സ്നേഹിക്കുന്നതായി നടിക്കും, തന്റെ കുട്ടികളെ സ്നേഹിക്കുന്നതായി നടിക്കും, കൂട്ടുകാരെ സ്നേഹിക്കുന്നതായി നടിക്കും, ഈ നാട്യങ്ങൾ വളരെ ആഴത്തിലേക്ക് പോവുകയും ഇതൊരു നാട്യമാണെന്നുപോലും അയാൾ അറിയാതെ വരികയും ചെയ്യും. ഇതാണ് സ്നേഹമെന്ന് പറയുന്നതെന്ന് അയാൾ കരുതും, ഇതാണ് സ്നേഹമെന്ന്. അതുകൊണ്ടാണ് ഈ ലോകത്തുള്ള എല്ലാവരും സ്നേഹിക്കുമ്പോഴും ഈ ലോകം ഒരു ഭ്രാന്താലയമായി മാറുന്നത്. ആളുകൾ ആനന്ദവാന്മാരായിരിക്കേണ്ടതാണ് - ലോകത്ത് ഇത്രമാത്രം സ്നേഹമുണ്ടെങ്കിൽ എല്ലാവരും പുഷ്പീകരിക്കേണ്ടതാണ്. എന്നാൽ ആരും പുഷ്പീകരിക്കുന്നതായി കാണുന്നില്ല.

അടിസ്ഥാനപരമായ ചിലത് നഷ്ടമാകുന്നുണ്ട്. നിങ്ങളുടെ എല്ലാ നാട്യങ്ങളെക്കുറിച്ചും സ്വയം ബോധവാനായിത്തീരുവാൻ നിങ്ങളെ സഹായിക്കുവാനാണ് ഞാനിവിടെ ശ്രമിച്ചുകൊണ്ടിരിക്കുന്നത്. ഒരിക്കൽ ബോധവാന്മാരായി കഴിഞ്ഞാൽ അവയെല്ലാം ഉപേക്ഷിക്കുവാൻ കഴിയും, വളരെ എളുപ്പത്തിൽ ഉപേക്ഷിക്കുവാൻ കഴിയും - അവയെക്കുറിച്ച് ബോധവാനായിത്തീരുക മാത്രമേ വേണ്ടൂ. അവ വളരെ ആഴത്തിലേക്ക് പോയിരിക്കുന്നു. അവയുടെ

വേരുകൾ നിങ്ങളുടെ മജ്ജയിലും എല്ലുകളിലും എത്തിച്ചേർന്നിരിക്കുന്നു. അതിനാൽ ഒരുവൻ ജാഗരൂകനായിരിക്കേണ്ടതാണ്, വളരെ ബോധവാനായി ആ വേരുകൾ എല്ലാം കണ്ടുപിടിക്കേണ്ടതുണ്ട്. ഒരിക്കൽ നിങ്ങളുടെ കപട പ്രേമത്തിന്റെ വേരുകൾ കണ്ടെത്തുവാൻ നിങ്ങൾക്ക് കഴിഞ്ഞാൽ നിങ്ങൾക്കതിനെ പിഴുതെറിയുവാൻ കഴിയും. ആ കളകളെല്ലാം പിഴുതെടുക്കുവാൻ കഴിഞ്ഞാൽ നിങ്ങൾ വീണ്ടും ഒരു കൊച്ചുകുട്ടിയായിത്തീരുകയും നിങ്ങളുടെ ജീവിതം നിഷ്കളങ്കതയുടെ ആരംഭത്തിൽ നിന്നു തന്നെ പുതുതായി തുടങ്ങുവാനും കഴിയും, അപ്പോൾ അവിടെ സ്വാഭാവികത, നൈസർഗികത ഉണ്ടായിരിക്കും.

Notes

Notes

www.ingramcontent.com/pod-product-compliance
Lightning Source LLC
LaVergne TN
LVHW090410051026
849518LV00006B/2302
9789355174406